Xây dựng quan hệ đối tác tích cực giữa phụ huynh và nhà trường

Xây dựng quan hệ đối tác tích cực giữa phụ huynh và nhà trường

Sử dụng các kỹ năng và chiến lược giao tiếp để giải quyết tranh chấp thay thế

Tác giả: Marc Purchin

Xuất bản bởi Purchin Consulting Inc.
Culver City, California
www.purchinconsulting.com

Xây dựng quan hệ đối tác tích cực giữa phụ huynh và nhà trường: Sử dụng các kỹ năng và chiến lược giao tiếp để giải quyết tranh chấp thay thế

Xuất bản lần đầu năm 2023

ISBN: 979-8-9887151-6-0

Mục lục

Lời nói đầu

Khi tôi còn là một em bé, các chuyên gia tại UCLA đã nói với bố mẹ tôi rằng tôi bị khuyết tật học tập nghiêm trọng và cần rất nhiều sự hỗ trợ. Các bác sĩ còn nói rằng tôi khó có thể lấy được bằng tốt nghiệp trung học. Rõ ràng là tôi không biết về những cuộc trò chuyện này, nhưng bố mẹ tôi đã thuật lại như vậy và khi tôi lớn lên, họ kể lại các cuộc trò chuyện đó cho tôi nghe theo quan điểm của họ.

Khi tôi khoảng ba tuổi, tôi đã biết rằng có điều gì đó "không ổn" với mình. Tôi không nói được cho đến khi tôi lên đến khoảng tuổi đó. Tôi nhớ mình đã đến gặp chuyên gia ngôn ngữ trị liệu một hoặc hai lần một tuần. Tôi cũng đã đến một phòng khám để rèn luyện các kỹ năng vận động như giữ thăng bằng. Phòng khám ngôn ngữ và vận động này – ngày nay có thể được gọi là phòng khám hoạt động trị liệu – nằm cách nơi tôi ở bốn mươi lăm phút đến một tiếng đồng hồ. Đến đó ba lần một tuần trong 5 năm là một quá trình chịu đựng – không chỉ đối với tôi mà còn đối với bố mẹ tôi.

Do đó, từ kinh nghiệm cá nhân, tôi biết rằng việc tìm hiểu hệ thống giáo dục theo quan điểm của một học sinh có nhu cầu đặc biệt có thể phức tạp, gây bực bội và nản lòng như thế nào. Tôi đã cống hiến sự nghiệp chuyên môn của mình để giúp đỡ phụ huynh và nhà giáo dục của những học sinh như vậy. Sự thành công của tôi chú trọng phần lớn vào các phương pháp Giải quyết Tranh chấp Thay thế (ADR).

ADR tạo cơ hội cho các cá nhân giải quyết bất đồng một cách an toàn, hiệu quả. Quy trình này mang tính tự nguyện và bảo mật, do đó người tham gia phải luôn sẵn sàng tìm kiếm tiếng nói chung; trở thành đối tác giải quyết vấn đề thay vì trở thành đối thủ của nhau. Mục đích là giải quyết xung đột nhanh nhất và dễ dàng nhất có thể, từ đó giảm căng thẳng – và chi phí pháp lý – cho cả phụ huynh và các học khu.

Không có gì ngạc nhiên khi các sở giáo dục liên bang và tiểu bang đã cấp tiền tài trợ như một động lực để các học khu sử dụng ADR để giải quyết tranh chấp ngay từ giai đoạn đầu mà không cần phải trải qua quá trình tố tụng pháp lý. Sổ tay hướng dẫn này cung cấp các kỹ năng và kỹ thuật ADR mà *cả* phụ huynh và nhân viên học khu đều có thể sử dụng. Sổ tay hướng dẫn này không thiên vị bên nào mà chỉ dựa trên tiền đề rằng tất cả chúng ta đều cùng chung một phe, cụ thể là để giải quyết các vấn đề sao cho thỏa mãn tất cả những người liên quan – để giúp học sinh phát triển.

Đây là một sứ mệnh chuyên môn nhưng có ý nghĩa cá nhân vì một phần có liên quan đến hoàn cảnh của riêng tôi. Vì vậy, thật vinh dự khi được viết cuốn *Xây dựng quan hệ đối tác tích cực giữa phụ huynh và nhà trường*. Và tôi xin dành tặng cuốn sách này cho tất cả các nhà giáo dục đã giúp đỡ các học sinh và gia đình gặp khó khăn trong học tập. Tôi cũng dành tặng cuốn sách này cho tất cả các bậc phụ huynh tuyệt vời, những người luôn cam kết bảo vệ con mình, luôn duy trì mối quan hệ tốt đẹp với trường học của con mình.

Đã bước sang thập kỷ thứ ba trong nghề, tôi chưa bao giờ gặp bất kỳ nhà giáo dục nào theo đuổi bằng cấp và chứng chỉ vì họ muốn biến cuộc sống của đồng nghiệp và gia đình mình thành cơn ác mộng. Và tôi chưa bao giờ gặp bất kỳ bậc phụ huynh nào có con khuyết tật vì họ muốn biến cuộc sống của trường học và học khu trở nên khổ sở.

Đây là công việc khó khăn và mang tính cá nhân. Đối với nhiều người trong số các bạn, các bạn đã chọn lĩnh vực này vì lý do cá nhân. Tôi hiểu rất rõ điều đó, do vậy tôi hy vọng các bạn sẽ coi cuốn sách này là một công cụ thân thiện và hữu ích giúp các bạn vượt qua những thời điểm khó khăn.

Gửi đến cha mẹ của tôi và các nhà giáo dục đã từng dạy tôi: Cảm ơn tất cả đã bảo vệ và không từ bỏ tôi. Thực sự cảm ơn Betty McCloud, chuyên gia ngôn ngữ trị liệu đã dạy tôi cách nói chuyện và cách được hiểu, và Gary Codon, giáo viên giáo dục đặc biệt của tôi ở trường trung học đã đứng ra bảo vệ tôi khi một số giáo viên không hiểu về tình trạng khuyết tật của tôi. Một trường hợp điển hình mà tôi nhớ rất rõ là khi giáo viên thể chất cho tôi điểm D vì thấy tôi xuất sắc trong một vở kịch và thuộc hết các câu thoại. (Tôi không thể ghi nhớ một số khái niệm chính trong bài kiểm tra của ông ấy.) Vì vậy, ông ấy cằn nhằn với tôi, “Em chỉ lười biếng thôi. Em có thể ghi nhớ các câu thoại trong một vở kịch nhưng em không thể vượt qua bài kiểm tra trong lớp thể chất sao?” Thầy Codon đã bệnh vực cho tôi, ông đã giải thích với giáo viên thể chất rằng não của tôi hoạt động rất tốt – chỉ là hơi khác – và thuyết phục ông ấy rằng tôi không chỉ đơn giản là lười biếng.

Tôi cảm thấy rất may mắn khi đã vượt qua tất cả nhờ vào sự giúp đỡ, và tìm thấy con đường đến với sự nghiệp mà tôi yêu thích; mỗi sáng thức dậy tôi được hợp tác với nhà trường và nhóm phụ huynh đang gặp khó khăn và thực lòng muốn giải quyết những vấn đề khó khăn để có thể tập trung trở lại vào học sinh.

Lời cảm ơn

Lòng biết ơn của tôi là vô hạn nhưng trí nhớ của tôi thì có hạn, vì vậy hãy tha thứ cho tôi nếu tôi đã bỏ sót bất kỳ đồng nghiệp và bạn bè nào, những người đã đóng góp cho sự ra đời của cuốn sách này. Rốt cuộc, mọi người đều đồng ý rằng không có chữ "Tôi" trong "nhóm".

Cũng không có chữ "Tôi" trong "Chúng ta tốt hơn nhiều khi cộng tác, và may mắn khi đối tác của chúng ta cũng là bạn của chúng ta". Vì vậy, tôi xin gửi lời cảm ơn sâu sắc nhất đến những người tốt bụng này vì sự giúp đỡ và hỗ trợ của họ:

Biên tập viên và biên tập lại: Richard Scaffidi
Biên dịch viên tiếng Việt: Oanh Trần
Cộng tác viên podcast: Erica Marx, Gail Nugent, Fran Goldfarb, Anthony Farenga, Jaime Tate-Symons; và nhà sản xuất Kevin Higa

Giới thiệu

Đây là một cuốn sổ tay hướng dẫn dành cho cả nhà giáo dục và phụ huynh. Tôi đã dành gần ba mươi năm để giúp xây dựng mối quan hệ đối tác tích cực giữa phụ huynh và nhà trường, đặc biệt là khi nói đến các đội ngũ Chương trình giáo dục cá nhân (IEP). Tôi muốn chia sẻ nhiều mẹo, công cụ và kỹ năng hàng đầu mà tôi thấy hữu ích để thiết lập giao tiếp tích cực và xây dựng mối quan hệ lành mạnh, hiệu quả – đặc biệt là giữa phụ huynh và nhà trường.

Tôi biết rằng hầu hết các bạn đều rất bận rộn, vì vậy tôi đã tóm gọn những mẹo và kỹ năng tốt nhất thành các chương ngắn gọn, mỗi chương là một ý tưởng chính và kỹ năng tương ứng. Mỗi chương và kỹ năng đều đưa ra các ví dụ dễ liên hệ và các gợi ý thực tế để bạn có thể hiểu tốt hơn các ý tưởng và kỹ thuật này, sau đó rèn luyện bằng các bài tập thực tế mà bạn có thể tự thực hành và với những người xung quanh.

Tôi luôn mong muốn được nghe về những gì hữu hiệu hoặc không hữu hiệu đối với bạn từ các chương này và cách thực hành các kỹ năng. Nếu bạn có thắc mắc hoặc gợi ý với một chương nào đó, tôi rất muốn nghe những gì bạn nói. Có thể bạn đã thành công khi thực hành một bài tập, hoặc thậm chí tốt hơn, đã chiến thắng khi sử dụng một số kỹ năng này trong tình huống thực tế. Có mẹo và hiểu biết nào khác có thể giúp ích cho đồng nghiệp hoặc phụ huynh của bạn không?

Hãy gửi email cho tôi theo địa chỉ mpurchin@purchinconsulting.com và tôi sẽ đăng những ý tưởng hay của bạn lên trang web của tôi để mọi người cùng xem. Sau cùng, chúng ta thực sự đồng hành cùng nhau trong việc này, hít thở chung một bầu không khí và chia sẻ chung một con đường.

Để hiệu quả hơn, hãy sử dụng cuốn sách này kết hợp với các podcast liên quan, truy cập trực tiếp vào giờ làm việc trực tuyến hàng tháng. Đây là **phương pháp tiếp cận gồm ba phần:**

1. **Cuốn sách** không phải để sử dụng một mình, cũng không phải để phủ bụi trên kệ, vì vậy hãy luôn giữ nó trong tay để đọc thường xuyên, vì mỗi chương sẽ làm rõ một kỹ năng giao tiếp đã được chứng minh, bao gồm các gợi ý về thực hành với những người đồng nghiệp hoặc bạn bè đáng tin cậy.
2. **Các podcast** là các cuộc phỏng vấn và cuộc trò chuyện được ghi âm không chính thức của tôi với các chuyên gia hàng đầu, họ luôn áp dụng các kỹ năng này hàng ngày.
3. **Giờ làm việc trực tuyến** giúp bạn có thể thoải mái "ghé thăm" hàng tháng để chia sẻ hoặc hỏi về bất kỳ điều gì liên quan đến cuốn sách và cách áp dụng vào các tình huống mà bạn trải nghiệm. Đây cũng là nơi an toàn để thực hành hoặc thảo luận các công cụ và bài tập được đề cập trong cuốn sách này. Thêm vào đó, đây là cơ hội vàng để học hỏi lẫn nhau.

Tất nhiên, tôi đã suy nghĩ về thứ tự các chương trong cuốn sách và thứ tự đó có ý nghĩa với tôi, và khuyến nghị rằng mọi người cần bắt đầu bằng cách đọc "Luôn luôn lắng nghe tích cực" (trang 1), vì đây là nền tảng để tích hợp các chương và kỹ năng còn lại.

Tuy nhiên, tôi cũng cố ý viết cuốn sách này theo thứ tự mà người đọc có thể đọc bất kỳ chương nào trước. Tôi hy vọng rằng dù bạn có nhiều giờ hay chỉ vài phút, bạn có thể cầm cuốn sổ tay hướng dẫn thân thiện này lên và tìm một kỹ năng hoặc chủ đề mà bạn quan tâm hoặc có thể áp dụng cho tình huống mà bạn muốn chuẩn bị. Hơn hết, tôi còn hy vọng rằng bạn sẽ dần dần tích hợp các khái niệm và công cụ này vào các tương tác hàng ngày của mình, vì chúng rất thực tế để giải quyết các cuộc trò chuyện đầy thách thức theo cách tích cực.

Tuy nhiên, mục tiêu chính là để phụ huynh và đội ngũ nhà trường có cùng quan điểm (gần như theo nghĩa đen), để có thể giải quyết những khác biệt bằng các kỹ thuật nhất quán, rõ ràng và đã được chứng minh hiệu quả trong việc biến quá trình giải quyết vấn đề trở thành một quá trình hợp tác, tôn trọng, thậm chí là thân thiện – tất cả đều có động lực chung là phục vụ tốt nhất nhu cầu của học sinh. Không cần nhiều người hòa giải *bên ngoài* trong khi chính những người *trong* cuộc có kỹ năng hòa giải.

Luôn luôn lắng nghe tích cực

Đây là chương đầu tiên vì một lý do: Mỗi chương sau về cơ bản là một khía cạnh của việc lắng nghe tích cực.

Các biến thể của kỹ năng "bao quát" này được cung cấp trong suốt cuốn sách này, trong các chương như "Nghệ thuật đặt câu hỏi", "Đừng tranh luận trong đầu", "Tách biệt mối quan tâm ra khỏi lập trường" và "Nói bằng cử chỉ và nét mặt". Khi bạn xem xét từng chương, bạn sẽ nhận ra điểm tương đồng cũng như điểm khác biệt của chúng và bạn sẽ bắt đầu phân biệt được công cụ và kỹ năng nào phù hợp nhất với một tình huống nhất định – nhưng điểm chung của chúng là lắng nghe tích cực.

Vậy hãy bắt đầu với định nghĩa. Tôi được phép trích dẫn Wikipedia không? Được rồi, đừng tranh luận:

> Lắng nghe tích cực là quá trình thực hành việc lắng nghe, quan sát những thông điệp bằng lời và không bằng lời, sau đó phản hồi phù hợp để thể hiện sự chú ý đến thông điệp đang được trình bày. Lắng nghe tích cực là lắng nghe có chủ đích.

Nếu chúng ta khảo sát các chuyên gia giao tiếp – và vì tôi thỉnh thoảng hay cá cược – tôi dám cá rằng phần lớn mọi người sẽ nói rằng lắng nghe tích cực là kỹ năng quan trọng nhất. Vì vậy, khi tôi đào tạo mọi người trở thành điều phối viên và hòa giải viên trung lập trong các cuộc họp, đó là bài học đầu tiên. Đó là kỹ năng giao tiếp mà hòa giải viên nhận ra và xác nhận tình trạng cảm xúc của người đang nói. Nó xây dựng lòng tin giữa hòa giải viên và người nói, thể hiện sự hiểu biết và chấp nhận, đồng thời khuyến khích việc thảo luận về các vấn đề quan trọng.

Việc lắng nghe xây dựng lòng tin, thể hiện sự hiểu biết và chấp nhận, đồng thời khuyến khích sự thảo luận.

Nói về các vấn đề quan trọng, điều gì khiến bạn tức giận? Bạn có tức giận vì không nhận được điều gì cụ thể không? Hay là bạn cảm thấy không được lắng nghe? Vâng, câu trả lời cuối cùng thường là câu trả lời đúng.

Việc cố gắng hiểu luôn tốt hơn là cố gắng được hiểu. Điều đó nghe có vẻ như xuất phát từ bánh may mắn, nhưng hãy nghĩ về điều này: Bạn có thể đưa ra một đề xuất tuyệt vời, nhưng bạn sẽ không bao giờ thuyết phục được người không lắng nghe. Đừng tự mình trở thành người như vậy và có thể bỏ lỡ một đề xuất tuyệt vời. Trên thực tế, hãy cố gắng trở thành người biết lắng nghe để bạn có thể tôn trọng mọi đề xuất, vì bạn có thể tình cờ trở nên sáng suốt khi bạn ít ngờ tới nhất.

Đây là một ví dụ. Hãy tưởng tượng tôi là hiệu trưởng nhà trường. Hôm nay là một ngày bận rộn và tôi có rất nhiều việc phải xử lý. Một phụ huynh đến gặp tôi để trình bày mối lo ngại về giáo viên của con mình. Cô ấy muốn con mình được xếp vào lớp của một giáo viên khác (được cho là tốt hơn). Cô ấy có vẻ khá tức giận – và vì tôi có chính sách cởi mở – nên tôi nên tận dụng cơ hội này để sử dụng các kỹ năng lắng nghe tích cực của mình để tìm hiểu sở thích cơ bản của phụ huynh này.

Tôi thấy rằng phụ huynh đang có vẻ tức giận (và đây không phải là thời điểm tốt nhất đối với tôi) nên tôi sẽ tạm dừng việc đưa ra quan điểm của *mình*, có thể bao gồm mong muốn bảo vệ giáo viên hiện tại. Nhưng đó sẽ là một động thái tồi tệ vào thời điểm này, và có thể khiến cuộc trò chuyện trở nên căng thẳng.

Thay vào đó, tôi sẽ nói, "Cảm ơn cô đã đến đây hôm nay để nói với tôi về mối quan tâm của cô. Tôi muốn đưa ra phản hồi kỹ lưỡng, vậy thì tôi sẽ dành hai mươi bốn giờ tới để suy nghĩ và đưa ra tham vấn sau. Trước khi chúng ta kết thúc cuộc trò chuyện hôm nay, hãy cho tôi biết lý do khiến cô đưa ra yêu cầu này. Tôi muốn hiểu rõ mối quan tâm của cô".

Cách tiếp cận nhẹ nhàng này có vẻ rất hữu ích. Không đưa ra quyết định vội vàng. Không đào sâu bất kỳ lập trường cứng nhắc nào. Mối quan tâm của mọi người đều được xem xét một cách tôn trọng. Phụ huynh sẽ cảm thấy được lắng nghe và công nhận bởi một hiệu trưởng có trách nhiệm, người đã thiết lập nên một mối quan hệ đối tác hiệu quả. Một con đường nghiêm túc đang được vạch ra. Tóm lại, một cuộc đối đầu tiềm ẩn giờ đây lại trở thành một sự hợp tác đầy hứa hẹn.

Một điều về lắng nghe tích cực mà tôi đặc biệt thích đó là không phải ai cũng có tất cả các câu trả lời. Đương nhiên khi ai đó đến gặp chúng ta để trình bày một vấn đề, chúng ta muốn giải quyết vấn đề đó. Nhưng lắng nghe tích cực là điều đầu tiên; sau đó là khắc phục và thậm chí chỉ đưa ra gợi ý. Trong khi đó, chúng ta phải đảm bảo rằng chúng ta đang nói chuyện với mọi người theo cách cho họ biết rằng họ đang được lắng nghe.

Đúng vậy, chúng ta đang tìm kiếm sự đồng thuận, và có thể mất một thời gian để đi tới giải pháp cuối cùng, nhưng chúng ta càng dành nhiều thời gian trong giai đoạn đầu, chúng ta càng có ít thời gian cho một cuộc hòa giải hoặc kiện tụng chính thức. Vì vậy, nếu điều đó có nghĩa là tạm dừng để suy nghĩ, để làm rõ các mối quan tâm và để giảm sự tiêu cực trong cảm xúc, thì hãy làm như vậy. Điều đó không có nghĩa là mất thời gian, mà là thời gian được sử dụng một cách hợp lý; thời gian để xây dựng một nhóm cởi mở hơn, tin tưởng hơn, đủ quan tâm để *lắng nghe.*

Thực hành kỹ năng này

Cùng một đối tác thực hành bài tập nhập vai! Đối tác A dành một phút liên tục để phàn nàn về bất kỳ điều gì, có thể là đưa ra một yêu cầu. Đối tác B *lắng nghe tích cực* trong một phút đó, sau đó phản hồi lại Đối tác A, lưu ý rằng Đối tác B không thể đồng ý hoặc giải quyết vấn đề của Đối tác A theo bất kỳ cách nào (ít nhất là không phải ngay lúc đó). Nhiệm vụ của Đối tác B chỉ đơn giản là thừa nhận và đảm bảo việc luôn lắng nghe Đối tác A.

Sau đó, đổi vai hoặc đối với các nhóm lớn hơn, hãy luân phiên nhau, tất nhiên là mỗi người phàn nàn về các vấn đề khác nhau. Tóm tắt và đánh giá những gì hiệu quả hoặc không hiệu quả và nêu rõ lý do.

Để có thêm điểm thưởng, Đối tác A có gián tiếp tiết lộ những cảm xúc hoặc những công việc có thể hữu ích đi đến một giải pháp hiệu quả hơn sau này không? Nếu có, thì chúng ta đang đi đến các chương và kỹ năng khác, chẳng hạn như "Tách biệt mối quan tâm ra khỏi lập trường" (trang 24).

Tiếp tục đến các chương còn lại trong cuốn sách này. Tôi hy vọng rằng mỗi lần bạn đọc một bài viết – và thực hành sử dụng một kỹ năng hoặc công cụ trong đó – thì một ý tưởng sẽ lóe lên trong đầu bạn và bạn sẽ tự nhủ rằng, "Ồ, vâng... Tôi hiểu rồi, và tôi muốn sử dụng nó!"

Nghệ thuật đặt câu hỏi

Nếu bạn muốn có một cuộc họp thành công giữa phụ huynh và nhà trường, hoặc bất kỳ cuộc trò chuyện quan trọng nào, thì hãy chuẩn bị một bộ câu hỏi hữu ích cũng như các kỹ thuật tích cực để đặt câu hỏi. Bộ kỹ năng này vô cùng có giá trị và đòi hỏi nhiều sự khéo léo hơn so với khoa học.

Đó có thể là một cuộc họp IEP chính thức, một cuộc họp giữa phụ huynh và giáo viên, một cuộc gọi điện thoại với nhà cung cấp dịch vụ như chuyên gia ngôn ngữ trị liệu hoặc chuyên gia hành vi học, hoặc một cuộc họp của nhân viên nhà trường; tùy bạn. Trong các tình huống đó, những câu hỏi phù hợp và những cách bắt đầu cuộc trò chuyện khác có thể giúp cuộc đối thoại phát triển một cách an toàn và hữu ích vì chúng khuyến khích mọi người tham gia và thể hiện sự tôn trọng lẫn nhau. Bắt đầu bằng một câu hỏi khéo léo, bạn có thể tạo ra bầu không khí tốt để đạt được kết quả hiệu quả và hợp tác.

Mối quan hệ giữa phụ huynh và nhà trường cần phải là một mối quan hệ đối tác, không phải là một cuộc đối đầu. Nếu cuộc họp chủ động nhấn mạnh vào việc tìm kiếm tiếng nói chung thay vì đứng về một phía, thì mọi người trong cuộc họp đều là người chiến thắng. Ngoài ra, chẳng phải chúng ta đều đứng về phía học sinh sao? Chắc chắn, sẽ có những người tham gia đến với tâm trạng căng thẳng, tức giận hoặc muốn tranh cãi. Nhưng mọi chuyện chỉ trở nên tệ hơn khi cuộc trò chuyện được bắt đầu bằng những từ ngữ mang tính thách thức.

Hãy gọi chúng là Câu hỏi đáng ngờ. Chúng bao gồm hầu hết mọi câu hỏi có-hoặc-không và hầu hết các câu hỏi "tại sao". Thái độ và lập luận tồi tệ sẽ càng trở nên gay gắt hơn khi đứng trước những câu hỏi như "Bạn có vấn đề gì với quyết định của chúng tôi không?" hoặc "Tại sao bạn lại buồn bã như vậy?" hoặc "Giáo viên có đúng khi đối xử với học sinh như vậy không?" hoặc "Tại sao con bạn không cư xử đúng mực?"

Việc đặt câu hỏi có thể giúp người khác giải quyết vấn đề của riêng họ.

Khi ai đó đến với chúng ta với một lập trường hoặc yêu cầu được xác định trước (xem "Tách biệt mối quan tâm ra khỏi lập trường", trang 24), chúng ta muốn giữ mọi thứ thân thiện và trung lập nhất có thể. Đó là lý do tại sao các câu hỏi mở là tốt nhất, vì chúng đưa ra những câu trả lời giúp chúng ta hiểu rõ hơn về vấn đề đang bàn và – quan trọng không kém – là để tránh sự phòng thủ.

Sau đây là một ví dụ. Một phụ huynh tuyên bố, "Tôi muốn có một nhân viên hỗ trợ (trợ lý) riêng cho con trai tôi". Bản năng của người trả lời có thể là phản ứng phòng thủ, chẳng hạn như nói rằng, "Để một học sinh được nhận 1 trợ lý riêng, chúng ta phải tiến hành đánh giá". Hoặc, "Tỷ lệ học sinh-người lớn trong lớp đã là ba-một." Chúng ta có thể đề cập đến những điểm đó sau, nhưng hãy bắt đầu bằng một phản hồi nhẹ nhàng hơn, chẳng hạn như, "Bạn có thể cho tôi biết thêm về mối quan tâm của bạn không? Trợ lý riêng có thể giúp ích như thế nào?"

Bằng cách đặt câu hỏi theo cách đó, với sự tò mò và cởi mở chân thành, câu trả lời của phụ huynh không chỉ mang tính chất đào sâu và lặp lại yêu cầu, mà thay vào đó có thể tiết lộ những mối quan tâm hoặc lo lắng tiềm ẩn để mở ra cánh cửa cho cuộc thảo luận về yêu cầu đó – trong số những giải pháp thay thế khác. Ví dụ, có thể đứa trẻ đã bày tỏ cảm giác không an toàn hoặc có nguy cơ bỏ chạy nếu không được giám sát trong thời gian ngắn. Đó là những lo lắng dễ hiểu cần được giải quyết, nhưng việc thuê một trợ lý riêng có thể không phải là giải pháp, trong khi có các biện pháp khác hợp lý và khả thi hơn.

Tiếp tục: Tất nhiên, một câu hỏi không được nêu ra thường gây rắc rối. Tất cả chúng ta đều đã từng tham gia cuộc trò chuyện mà chúng ta không biết người kia đang nói về điều gì; đôi khi làm cuộc trò chuyện trở thành khó hiểu hơn cả khi chúng ta bắt đầu. Đây là một ví dụ gần đây trong bối cảnh giáo dục đặc biệt.

Một phụ huynh mà tôi từng làm việc cùng đã được một đại diện của học khu nói rằng học khu có trách nhiệm cung cấp "fape". FAPE là viết tắt của "giáo dục công lập thích hợp miễn phí", nhưng phụ huynh không biết điều đó và xấu hổ để thừa nhận điều đó. Vì vậy, cô ấy đợi đến sau cuộc họp mới gọi cho tôi. Tôi nói với cô ấy rằng cô ấy không phải là người duy nhất cảm thấy bối rối, rằng chúng tôi trong nghề sử dụng quá nhiều từ viết tắt và thuật ngữ chuyên ngành. Tôi cũng nói với cô ấy rằng chúng tôi muốn cô ấy đặt những câu hỏi làm rõ vì đó là một phần thiết yếu – và được hoan nghênh – của quy trình họp của đội ngũ IEP. (Và thật xấu hổ khi tôi tự cho rằng mọi người đều biết IEP là viết tắt của Chương trình giáo dục cá nhân hóa!)

Phụ huynh và nhân viên học khu nên đặt những câu hỏi hữu ích để đảm bảo rằng chúng tôi không chỉ hiểu những gì được nghe mà còn làm rõ sự thấu hiểu về mối quan tâm của người nói. Tương tự như vậy, người nói có trách nhiệm đảm bảo rằng họ được thấu hiểu.

Vì vậy, trong hình minh họa ở trên, một điểm cần học đối với đại diện học khu là cần phải thường xuyên trao đổi với phụ huynh, để chắc chắn rằng họ có cùng quan điểm trong suốt cuộc trò chuyện. Sử dụng các chiến lược đặt câu hỏi hiệu quả có thể ngăn chặn vấn đề dễ dàng, cũng như sử dụng các kỹ năng để phát hiện các tín hiệu phi ngôn ngữ, chẳng hạn như nét mặt của người nghe thể hiện sự bối rối hoặc nghi ngờ. (Xem trang 67 để biết "Nói bằng cử chỉ và nét mặt")

Đặt câu hỏi – tức là đặt câu hỏi đúng – cũng có thể hữu ích khi hỗ trợ người khác giải quyết vấn đề của chính họ. Mọi người đến gặp tôi để xin lời khuyên, thậm chí thường muốn xin tôi giải pháp. Thay vào đó, bằng cách đặt ra một vài câu hỏi khéo léo, tôi có thể biết được chính xác mối quan tâm thực sự là gì. Điều này giúp định hình các vấn đề để họ có thể tự giải quyết vấn đề một cách hiệu quả. Và khi họ làm được như vậy, họ cảm thấy mình có quyền làm chủ nhiều hơn so với khi tôi đứng ra khuyên bảo hoặc chỉ dẫn họ.

Những điểm chính rút ra từ Kỹ năng này

1. Hỏi khi bạn không hiểu.
2. Hỏi để làm rõ những mối quan tâm tiềm ẩn.
3. Chỉ hỏi những câu hỏi hữu ích giúp tăng cường sự tập trung và năng suất. Những câu hỏi này phải trung lập, không đối đầu và mở.
4. Không hỏi những câu hỏi có-hoặc-không hoặc "tại sao".

Thực hành kỹ năng này

Cách để trở thành người đặt câu hỏi hiệu quả là liên tục tự hỏi bản thân – trước và thậm chí có thể trong các cuộc họp này – điều bạn hy vọng sẽ đạt được. Cụ thể: Bạn có thể phát hiện ra sự thật nào trong những gì người kia nói? Chính xác thì bạn đã nghe họ nói gì? Hiểu rõ hơn điều này có giúp bạn hiểu quan điểm của họ không? Tại sao vậy? Những gì bạn đang nghe ngày hôm nay có thể giúp bạn tìm ra một giải pháp như thế nào? Bạn đã nảy ra ý tưởng, niềm tin hoặc giá trị của một giải pháp như thế nào?

Dưới đây là mười câu hỏi và cách bắt đầu cuộc trò chuyện được gợi ý. Hãy xem lại chúng và tự suy nghĩ thêm những câu hỏi khác. Sau đó, hãy nhớ mang chúng theo bên mình! Khi bạn đang họp hoặc trò chuyện, hãy thực hành nghệ thuật đặt câu hỏi bằng cách thử chúng.

- Hãy cho tôi biết thêm về...
- Tôi không chắc mình hiểu về...
- Hãy làm rõ để tôi được hiểu hơn.
- Bạn muốn thấy điều gì xảy ra hôm nay?
- Để tôi tóm tắt những gì bạn vừa nói.
- Tôi đoán là bạn đã nản lòng về...
- Sẽ hữu ích nếu tôi hiểu rõ hơn về quá trình bạn đưa ra quyết định về yêu cầu cụ thể này.
- Bạn sẽ thấy thế nào nếu vấn đề này được giải quyết/không được giải quyết?
- Chương trình sẽ như thế nào nếu không có phần này?

- Tôi muốn cảm ơn bạn vì đã thảo luận về một vấn đề khó khăn như vậy với chúng tôi và hy vọng bạn có thể cho chúng tôi biết thêm về...

Thiết lập Thỏa thuận nhóm

Dù muốn hay không, chúng ta sẽ gặp phải xung đột. Một trong những mục tiêu đầu tiên trong các buổi đào tạo của tôi là để những người tham dự hiểu và chấp nhận thực tế đó. Tuy nhiên, sau đó, tôi chuyển sang một phương pháp chắc chắn hơn để hạn chế xung đột, cụ thể là thiết lập các quy tắc cơ bản cho các cuộc họp – mặc dù tôi thích thuật ngữ *thỏa thuận* hơn vì nó truyền tải tốt hơn sự hợp tác và tích cực. Bạn biết đấy – nó "dễ chịu" hơn.

Trong nhiều năm, tôi đã học được tầm quan trọng của việc thiết lập các hướng dẫn và ranh giới về thủ tục và hành vi lành mạnh để chúng ta có thể giải quyết hiệu quả và an toàn các xung đột phát sinh. Đó là lý do tại sao một cuộc họp thành công bắt đầu bằng sự thống nhất về cách thức giao tiếp với nhau.

Khi nghiên cứu những căng thẳng tại nơi làm việc, đặc biệt là tại các trường học, tôi biết rằng giải quyết xung đột tạo cơ hội cho sự phát triển và cải thiện các mối quan hệ. Tất cả chúng ta đều đã trải qua những cuộc họp có nhiều quan điểm khác biệt, ý kiến trái ngược nhau và thậm chí là nội dung cần giải quyết hoàn toàn khác nhau. Hãy xem xét một cuộc họp của đội ngũ Chương trình giáo dục cá nhân hóa (IEP). Để đạt được hiệu quả, tất cả những người tham gia phải thống nhất về một số vấn đề: nội dung cần giải quyết cụ thể; bầu không khí tôn trọng và có sự giao tiếp rõ ràng; mỗi thành viên sẽ cố gắng lắng nghe và thấu hiểu. Trên hết, mọi người phải tập trung vào nhu cầu của học sinh đang được thảo luận.

Vào đầu mỗi cuộc họp IEP (áp dụng cho mọi loại cuộc họp), điều phối viên nên dành chút thời gian để thống nhất về các quy trình và chuẩn mực cơ bản. Tốt nhất nên hỏi những người tham gia xem có bất kỳ thỏa thuận nào khác hay không. Ngay cả khi bạn không phải là người điều hành cuộc họp, bạn vẫn có thể yêu cầu nhóm đạt được các thỏa thuận như vậy. Nếu bạn nhận được sự phản đối từ những người không muốn áp dụng các thỏa thuận hoặc chuẩn mực, bạn có thể muốn trả lời bằng một câu gì đó như, “Điều quan trọng là tạo ra một không gian an toàn và mẫu mực về giao tiếp tích cực cho học sinh của chúng ta. Tôi thấy hữu ích khi nhớ rằng kỳ vọng chúng ta có ở bản thân phải tương đương với kỳ vọng chúng ta có ở con em. Đây có thể như một lời nhắc nhở đơn giản.”

Mỗi người trong chúng ta đều có nhu cầu hoặc yêu cầu đáng được xem xét.

Điều này cũng thực sự hiệu quả khi đến ngày họp đột nhiên gặp phải sự cố khó khăn nhưng chúng ta có thể điều chỉnh lại tình hình bằng cách tham khảo lại các thỏa thuận của nhóm, ví dụ, thỏa thuận đó nhắc nhở chúng ta rằng chúng ta đã hứa sẽ nói từng người một và lắng nghe cẩn thận ý kiến của những người khác. Nếu không có sự định hướng tốt, chúng ta sẽ thất bại!

Dưới đây là các mẫu thỏa thuận họp mà tôi thấy rất hữu ích.

- Bật camera (đối với các cuộc họp trực tuyến).
- Mỗi lần chỉ có một người phát biểu.
- Cẩn thận lắng nghe ý kiến của những người khác.
- Chia sẻ quan điểm của bạn một cách tự nguyện.
- Hoan nghênh việc đặt các câu hỏi để làm rõ.
- Tôn trọng các giới hạn thời gian đã thỏa thuận.
- Luôn đảm bảo cuộc họp chỉ chú trọng vào con em.

- "Hãy nghiêm khắc với vấn đề và nhẹ nhàng với nhau." (Nếu bạn chỉ có thể chọn một, thì đây là lựa chọn đầu tiên, như đã giải thích trong *Getting to Yes* của Roger Fisher và William Ury.)
- Nêu ra nhu cầu đặc biệt, nếu có.

Đừng bỏ qua điểm cuối cùng đó. Việc chăm sóc lẫn nhau là điều rất quan trọng. Mỗi người chúng ta đều có những nhu cầu hoặc yêu cầu đáng được cân nhắc – vì tất cả chúng ta đều muốn trở thành những người đồng đội tốt. Ví dụ, chúng ta có thể yêu cầu tắt tất cả điện thoại di động trong suốt cuộc họp, nhưng một số người có thể có người thân lớn tuổi đang bị bệnh, có con nhỏ cần được chăm sóc và một số người làm công việc yêu cầu phải luôn "trực điện thoại".

Đây là cơ hội để các thành viên trong nhóm nói trước, "Hôm nay tôi cần để điện thoại ở chế độ rung, và nếu gia đình tôi gọi, tôi sẽ ra ngoài để trả lời cuộc gọi." Khi nói điều này vào đầu cuộc họp, rất có thể tất cả chúng ta sẽ ủng hộ. Nhưng nếu bất kỳ thành viên trong nhóm bắt đầu nhắn tin hoặc đứng dậy để nghe điện thoại *mà không báo trước*, rất có thể chúng ta sẽ nghĩ rằng người đó đang có thái độ thiếu tôn trọng. Cũng có các nhu cầu đặc biệt hạn chế về mặt thời gian, chẳng hạn như, "Xin lỗi, nhưng tôi chỉ có thể ở lại hai mươi phút vì người trông trẻ của tôi phải rời đi sớm hôm nay."

Chúng ta cũng cần làm rõ điều này: "thỏa thuận nhóm" không chỉ giới hạn trong các cuộc họp nhóm chính thức. Chúng ta cũng nên thỏa thuận *giữa* các cuộc họp khi, ví dụ, chúng ta có thể trò chuyện với các thành viên nhóm của mình trong một dịp bình thường hoặc riêng tư hơn. Thời điểm và địa điểm để giao tiếp tốt nhất là bất cứ lúc nào và bất cứ ở đâu.

Chúng ta cũng cần hiểu rằng các cuộc họp không chỉ dành cho nhân viên chuyên môn. Phụ huynh cũng quan trọng như bất kỳ viên chức nhà trường nào trong đội ngũ IEP hoặc trong cuộc họp hội đồng cố vấn cộng đồng (CAC). Và có thể chỉ có hai người trong một cuộc họp giữa phụ huynh và giáo viên, đó cũng là một cuộc họp và sẽ tốt hơn nếu những người tham dự tôn trọng loại thỏa thuận nhóm áp dụng cho các cuộc họp lớn hơn.

Với suy nghĩ đó, hãy xem xét cách chữ cái đầu tiên trong IEP có nghĩa là *cá nhân hóa* – nghĩa là, mỗi cuộc họp và mỗi cá nhân *trong* cuộc họp, không chỉ IEP, đều có vị trí ngang nhau. Vì vậy, các chuyên gia có thể khởi xướng việc thiết lập các thỏa thuận nhóm như danh sách các thỏa thuận mẫu ở trên "mà tôi thấy hữu ích" (nhưng có thể bạn không thấy hữu ích), vì một số nhân viên kỳ cựu có thể tham gia hàng trăm nhóm, trong khi một phụ huynh chỉ tham gia một nhóm. Tuy nhiên, nhu cầu riêng biệt của phụ huynh đó có thể được thêm vào hướng dẫn cho nhóm *riêng* của họ.

Thực hành kỹ năng này

- Xây dựng các thỏa thuận họp phù hợp với nhóm của bạn. Tập hợp với các đồng nghiệp của bạn. Nếu bạn họp trực tiếp, hãy mang theo một tấm áp phích và một số bút dạ. Thảo luận và thiết lập các thỏa thuận nhóm mà mọi người nên sử dụng trong các cuộc họp. Có thể mẫu ở trên phù hợp với nhóm của bạn hoặc ít nhất là có thể giúp bạn bắt đầu tốt. Gợi ý: sau khi thiết lập xong tấm áp phích, hãy làm cho thẳng và dán nó trong mọi phòng họp. Sẽ hữu ích hơn khi kèm theo lời nhắc trực quan.
- Tổ chức một cuộc họp giả định với các đồng nghiệp của bạn và thay phiên nhau làm người điều phối viên để thực hành cách bắt đầu cuộc họp và đạt được sự đồng thuận về các thỏa thuận của nhóm. Hãy nhớ rằng: *tất cả* những người tham gia phải đồng ý với các phương thức này ngay từ đầu. Nếu không, sẽ không thể thực hiện sau này. Ngoài ra, đừng quên giá trị của cảm giác được làm chủ của mỗi thành viên trong nhóm, vì vậy hãy luôn hỏi xem có ai có thêm ý kiến gì không.
- Giúp quá trình thiết lập các thỏa thuận nhóm ổn thỏa hơn. Ví dụ, nếu một trong các thỏa thuận là "không được sử dụng điện thoại di động", bạn có thể làm mẫu bằng cách tắt điện thoại của mình một cách rõ ràng khi cuộc họp bắt đầu. Và để hỗ trợ quy tắc "Mỗi lần chỉ có một người phát biểu ", hãy phân phát thêm giấy và bút, như để nhắc nhở rằng thay vì ngắt lời, chúng ta có thể ghi chép để bình luận sau.

Thông điệp "Tôi" thực sự phát huy hiệu quả

Lúc đó, tôi đang ở Palm Beach, Florida, tiến hành đào tạo phát triển chuyên môn cho các quản trị viên phi lợi nhuận, và mọi việc diễn ra rất tốt. Mọi người đều tích cực tham gia và sẵn sàng học các kỹ thuật giao tiếp mới. Sau đó, tôi đến chủ đề Thông điệp "Tôi" và họ ngay lập tức im lặng. Có người tuyên bố, "Ồ, Marc, đó là một thứ hỗn độn của California. Nó không hiệu quả ở Bờ Đông."

Tôi phải đưa ra lập luận của mình và tôi cần "Sử dụng Tiêu chí Khách quan (Chính đáng)" (trang 28). Tôi đề nghị họ tin tưởng tôi về vấn đề này, vì các kỹ thuật – khi được sử dụng một cách thích hợp – hoàn toàn hiệu quả, đó có thể là lý do tại sao lý thuyết Thông điệp "Tôi" lại được đưa vào chương trình giảng dạy tại Khoa Đàm phán tại Harvard. (Việc viện dẫn Ivy League là một biện pháp phòng thủ chắc chắn khi đứng trước cuộc tấn công hỗn độn đáng sợ.)

Cách thức công thức Thông điệp "Tôi" phát huy tác dụng trong thực tế có thể được hiểu như sau.

Bước 1: "Tôi cảm thấy..." (Nói về cảm xúc của bạn.)
Bước 2: "Khi..." (Nêu hành vi cụ thể.)

Bước 3: "Bởi vì..." (Giải thích điều gì xảy ra với bạn.)
Bước 4: "Và điều tôi cần là..." (Điều làm cho tình hình tốt hơn.)

Khi chúng ta nói về những tình huống khó khăn – khiến chúng ta có cảm xúc mạnh – chúng ta cần cẩn thận khi nói. Chúng ta không muốn làm cho tình hình tồi tệ hơn bằng việc gây ra sự tức giận hoặc bối rối. Chúng ta cần cung cấp thông tin quan trọng về bản thân một cách nhanh chóng, rõ ràng và để khuyến khích người khác hợp tác với chúng ta để tìm ra giải pháp.

Nói về bản thân: về những gì bạn nghĩ, cảm nhận, cần và muốn. Một ví dụ là, "Tôi có một vấn đề. Tôi cảm thấy tức giận. Tôi cần bạn làm rõ hơn về thời gian họp. Tôi muốn lên kế hoạch cho thời gian còn lại của ngày. Tôi nghĩ vấn đề này nghiêm trọng."

Sử dụng ngôn ngữ trung lập, nhưng hãy cụ thể nhất có thể để truyền đạt cảm xúc của bạn về hành động của ai đó. Một ví dụ về câu nói *mơ hồ* là, "Tôi không bao giờ có thể tin tưởng vào bạn." Một ví dụ về câu nói *cụ thể* là, "Tôi đã rất tức giận khi bạn quên cuộc họp của chúng ta ngày hôm qua."

Sẽ hiệu quả hơn nếu bắt đầu câu của bạn bằng "Tôi" thay vì "Bạn." Ví dụ, tốt hơn là nói, "Tôi cảm thấy bị tổn thương và bị bỏ rơi khi bạn không nói với tôi là bạn sẽ đến muộn cho bữa tối," so với câu nói, "Bạn không còn quan tâm đến tôi nữa. Bạn đến muộn để cố ý phá hỏng bữa tối và làm tôi tổn thương."

Nêu ý định tích cực của bạn để giải quyết xung đột: đại loại như, "Khó khăn này giữa chúng ta khiến tôi thấy lo lắng. Tôi nghĩ nếu chúng ta ngồi lại và nói chuyện, chúng ta có thể khiến mọi thứ trở nên tốt hơn. Tôi sẵn sàng dành chút thời gian cần thiết để cải thiện tình hình." Tương tự như vậy, hãy nói với người kia rằng bạn muốn lắng nghe quan điểm của họ, chẳng hạn như nói, "Tôi nhận ra rằng mỗi chúng ta có thể nhìn nhận vấn đề này theo cách khác nhau và tôi cũng rất coi trọng quan điểm của bạn. Tôi sẽ dành thời gian để lắng nghe tất cả những gì bạn nói về vấn đề này."

> Sẽ hiệu quả hơn nếu bắt đầu câu bằng "Tôi" thay vì "Bạn"

Thực hành kỹ năng này

- Hãy thử nhập vai với một hoặc hai người mà bạn tin tưởng. Bước 1: Mọi người trong nhóm của bạn sẽ nghĩ về người mà họ sẽ truyền tải Thông điệp "Tôi". Dành vài phút và viết ra. Sau khi hoàn thành, Bước 2 yêu cầu mỗi người chia sẻ những gì họ đã viết và họ đã viết cho ai. Một bạn diễn đang lắng nghe như thể họ là người nhận được thông điệp. Bước 3: Cung cấp phản hồi. Hỏi, "Cảm giác khi nhận được Thông điệp "Tôi" này như thế nào?" và "Thông điệp của tôi có khiến bạn phải phòng thủ không?" và "Tôi có thể làm gì khác không?"
- Nếu bạn là thành viên của nhóm phát triển nhân viên hoặc nhóm hỗ trợ phụ huynh, hãy dành thời gian cho việc này: Chia thành từng cặp và yêu cầu mỗi người thay phiên nhau. Sau đó, tập hợp lại toàn bộ nhóm và mời những người tình nguyện chia sẻ Thông điệp "Tôi" của họ. Hãy nhớ rằng, "thứ" này có thể mang tính khéo léo hơn là về mặt khoa học, nhưng nó hiệu quả – và tất cả chúng ta đều có thể học hỏi lẫn nhau... ngay cả những người ở khu vực khác.
- Thông điệp "Tôi" không nên đứng một mình. Khi bạn cảm thấy thoải mái với các thông điệp "Tôi", hãy thử sử dụng nó trong một cuộc trò chuyện đầy thách thức (trang 86) và tập kết hợp một số kỹ năng được cung cấp trong cuốn sách này. Hiếm khi mà chỉ có một kỹ năng là đủ để xử lý một tình huống khó khăn.

Hãy nghiêm khắc với vấn đề và nhẹ nhàng với nhau

Tôi không chắc mình sử dụng cụm từ này bao nhiêu lần một tuần, nhưng thực ra là *rất nhiều*. Tuy nhiên, đây là một cụm từ hay và tôi thường cảm thấy chưa nói đủ nhiều: "Hãy nghiêm khắc với vấn đề và nhẹ nhàng với nhau". Đó không phải là một khái niệm tuyệt vời sao?

Khi tôi tiến hành hòa giải hoặc điều phối một cuộc họp, "Hãy nghiêm khắc với vấn đề và nhẹ nhàng với nhau" (ôi, tôi lại nói điều đó nữa rồi) nằm đầu danh sách các quy tắc cơ bản và chuẩn mực mà tôi đề xuất cho các cuộc họp. Tôi ước mình có thể được ghi nhận công lao vì đã nghĩ ra cụm từ này, nhưng dù sao thì tôi vẫn biết ơn vì William Ury và Roger Fisher đã sử dụng nó trong cuốn sách *Getting to Yes.*

Trong tất cả các thỏa thuận nhóm được đề cập trước đó (trang 10), đây là thỏa thuận quan trọng nhất, đặc biệt là nếu các kỹ thuật và hành vi giải quyết vấn đề tuyệt vời là những đức tính mà chúng ta muốn làm gương cho học sinh hoặc con cái của mình.

Chúng ta chắc chắn không muốn nghiêm khắc với vấn đề *và* cứng rắn với nhau. Sau đây là một ví dụ liên quan. Một phụ huynh bước vào cuộc họp và hét lên, "Con tôi không tập trung vào nhiệm vụ mà cứ chạy ra hành lang. Mọi người ở đây không giúp con tôi học và thậm chí không thể bắt con tôi ở lại lớp học. Thật là kém cỏi!"

Một ví dụ về việc nghiêm khắc với vấn đề và nhẹ nhàng với nhau là phụ huynh đó nói một cách bình tĩnh nhưng thẳng thắn, "Con tôi đang gặp khó khăn trong việc tập trung vào nhiệm vụ và tôi cũng lo lắng về sự an toàn của con mình khi thỉnh thoảng cháu rời khỏi lớp học. Hãy xem xét điều này để chúng ta có thể điều chỉnh vài điều." Phương pháp đó chắc chắn sẽ đạt được sự đồng thuận từ các thành viên trong nhóm khi biết mức độ nghiêm trọng của vấn đề, mà không khiến họ phải phòng thủ. Có vẻ như mọi người trong phòng đều có thể hiểu, hợp tác và sẵn sàng xắn tay áo lên và bắt tay vào giải quyết một cách công bằng. Nói cách khác, hãy sẵn sàng nghiêm khắc với vấn đề.

Bằng cách cam kết nghiêm khắc với vấn đề và nhẹ nhàng với nhau, chúng ta thiết lập được mối quan hệ đối tác hỗ trợ lẫn nhau thay vì chỉ tranh cãi với nhau. Hầu như không ai muốn "chọn phe" vì chúng ta nhận ra rằng tất cả chúng ta đều đứng về phía học sinh – là đối tượng xứng đáng nhận được sự chú ý và nỗ lực tốt nhất của chúng ta. Điều này giúp chúng ta tập trung vào các vấn đề và mối quan tâm quan trọng, và ít chú ý đến vấn đề gây mất tập trung và cá nhân. Kết hợp tất cả những điều đó lại với nhau và chúng ta sẽ trở thành phiên bản tốt nhất và hiệu quả nhất của chính mình – với tư cách là một nhóm và cá nhân. Chưa kể, chúng ta còn là một tấm gương tuyệt vời.

Vì vậy, cần nhắc lại: Hãy nghiêm khắc với vấn đề và nhẹ nhàng với nhau.

Thực hành kỹ năng này

- Nghĩ về cuộc trò chuyện khó khăn gần đây nhất của bạn. Bạn có nghiêm khắc với vấn đề và nhẹ nhàng với những người khác trong cuộc trò chuyện không? Bạn có thể đã quá nghiêm khắc với người đó như thế nào? Bạn đã nghiêm khắc với vấn đề như thế nào?
- Lần tới khi bạn tham gia một cuộc họp, hãy yêu cầu một trong những thỏa thuận của nhóm là "Hãy nghiêm khắc với vấn đề và nhẹ nhàng với nhau". Tôi đảm bảo với bạn rằng sẽ có những người gật đầu đồng ý và đánh giá bạn thật tuyệt vời khi đề xuất điều đó.
- Bạn có thể dán cụm từ "Hãy nghiêm khắc với vấn đề và nhẹ

nhàng với nhau" lên áp phích treo tường trong phòng họp hoặc dán lên máy tính xách tay và sổ kế hoạch hàng ngày. Thậm chí có thể là áo phông. (Hãy làm chúng trở thành áo của nhóm tại các cuộc họp của Hội Phụ huynh và Giáo viên hoặc nhân viên!)

Tránh sự mất tập trung

Chúng ta thường nghĩ sự mất tập trung là một sự cản trở tương đối nhỏ và chỉ mang tính tạm thời, một sự đi lòng vòng không đáng kể ra khỏi đường đi. Mặt khác, giả sử bạn đang lái xe trên đường và bị mất tập trung bởi một hành khách ồn ào hoặc một tấm biển quảng cáo buồn cười và, tại thời điểm đó, chiếc xe phía trước bạn đột ngột dừng lại. Đó là lúc bạn học được một bài học nghiêm túc về sự khác biệt không nhỏ giữa sự *mất tập trung* và *sự phá hoại*. Vậy, điều này liên quan đến chúng ta như thế nào ở đây? Hãy đọc tiếp.

Một cuộc khảo sát đã cho thấy rằng lý do chính khiến phụ huynh nộp đơn khiếu nại theo thủ tục tố tụng hợp pháp liên quan đến Chương trình giáo dục cá nhân hóa (IEP) là họ cảm thấy không được lắng nghe. Cảm giác bị coi thường thực sự đau đớn và một nguyên nhân phổ biến của nó trong mối quan hệ giữa phụ huynh và nhà trường chính là do môi trường học đường gây mất tập trung. Ít nhất là hãy thừa nhận rằng sự cố này chỉ là vô tình, nhưng để tốt hơn nữa, hãy hành động nhiều hơn nữa để giảm thiểu sự mất tập trung và giúp cho các cuộc họp giữa nhà trường và phụ huynh tích cực và hiệu quả hơn.

Đối với hầu hết chúng ta, cuộc sống có thể rất bận rộn, khó hiểu, khó đoán và căng thẳng. Những từ ngữ này cũng áp dụng cho nhiều trường học: nơi diễn ra các cuộc họp phụ huynh-giáo viên, cuộc họp nhân viên, IEP và các cuộc họp khác. Khi một cuộc trò chuyện cần được chú ý cao (và tất cả đều như vậy phải không?), thì điều đầu tiên bạn cần cân nhắc là tìm một địa điểm ít gây mất tập trung nhất.

Hãy tưởng tượng chúng ta đang trong cuộc họp IEP cho con hoặc học sinh của bạn và cuộc họp diễn ra trong lớp học của trẻ. Trong suốt cuộc họp, những học sinh khác đi vào và đi ra khỏi phòng. Giáo viên liên tục bị làm phiền bởi các câu hỏi, đồng thời có thể cất đồ dùng học tập hoặc sắp xếp giấy tờ, do đó ít khi giao tiếp bằng mắt. Cùng lúc đó, quản trị viên được gọi ra ngoài thông qua bộ đàm để đến văn phòng chính và một trong những nhà cung cấp dịch vụ đang nhắn tin.

Tất nhiên, sự mất tập trung cũng có thể đến từ gia đình: phụ huynh nghe điện thoại công việc hoặc đứa trẻ liên tục vào lớp học và hỏi, "Khi nào chúng ta có thể về nhà?"

Tránh sự mất tập trung có vẻ như là điều hiển nhiên, nhưng thực sự cần sự chú ý nghiêm túc của bạn – và một kế hoạch – ngay khi đã thỏa thuận nói chuyện nghiêm túc. Điều này rất quan trọng cho dù đó là cuộc họp chính thức về IEP hay cuộc trò chuyện không chính thức giữa phụ huynh và giáo viên. Không chỉ nằm ở địa điểm bạn chọn mà cả cam kết bạn sẽ lắng nghe tích cực (không có điện thoại di động hoặc bộ đàm), điều này rất quan trọng trong việc tạo ra âm lượng và kết quả của cuộc họp.

Để tránh sự mất tập trung, cần phải có sự chú ý nghiêm túc và một kế hoạch ngay khi đã thỏa thuận nói chuyện nghiêm túc.

Vậy, bạn tìm thấy môi trường không bị mất tập trung ở đâu? Lý tưởng nhất là một căn phòng thoải mái với bốn bức tường và một bộ điều nhiệt: thuận lợi cho cuộc trò chuyện riêng tư, không bị gián đoạn. Nếu bạn có một căn phòng như vậy trong khuôn viên trường hoặc tại nơi làm việc của mình, bạn thật may mắn. Chỉ cần đảm bảo phòng này được sử dụng trong một khoảng thời gian hợp lý! Tuy nhiên, trong nhiều trường hợp, giải pháp này không tiện dụng như vậy. Khi làm việc tại một trường học, đôi khi tôi khuyên bạn nên trò chuyện ngoài sân hoặc trong khu vực ăn trưa khi không có học sinh ở đó.

Trong các cuộc họp, chúng ta cần dự đoán những gì có thể gây mất tập trung và thông báo trước. Sau đây là một số ví dụ. Nếu bạn là quản trị viên của trường và bộ đàm của bạn có thể đổ chuông, bạn có thể giải thích trước rằng "Tôi đang trực và tôi cần bật bộ đàm để phòng trường hợp khẩn cấp trong khuôn viên trường. Nếu nó đổ chuông, tôi sẽ phải xin phép rời đi. Nhưng tôi sẽ đặt nó dưới chân để không gây mất tập trung."

Một ví dụ khác: Một thành viên trong nhóm phải chăm sóc cho một người thân lớn tuổi. Cô ấy có thể giải thích vào đầu cuộc họp rằng "Tôi sẽ để điện thoại ở chế độ rung và tôi có thể phải ra ngoài nếu nhận được cuộc gọi từ nhà của mình".

Các cuộc họp trực tuyến có những trường hợp dễ gây mất tập trung, chẳng hạn như xu hướng thấy những người tham gia làm nhiều việc cùng lúc. Ngoài ra, nếu bạn là phụ huynh hoặc bất kỳ ai phải liên hệ với nhà (có thể có trẻ em chạy xung quanh, chó sủa, giao hàng, kết nối internet không ổn định, v.v.), vui lòng cảnh báo trước cho những người tham gia cuộc họp ngay từ lúc bắt đầu cuộc họp. Họ sẽ dễ dàng chấp nhận và hỗ trợ những thành viên trong nhóm khi có những nhu cầu đặc biệt.

Hãy nhớ rằng, nếu không nói gì trước mà nghe điện thoại hoặc rời khỏi phòng trong khi diễn ra cuộc họp mà không có bất kỳ lời giải thích nào, rất có thể những người khác sẽ đánh giá họ thô lỗ và thiếu tôn trọng. Đây là kiểu hành vi khiến phụ huynh cảm thấy có lý do để nộp đơn khiếu nại hợp pháp.

Chúng ta cũng nên chuyển sang một loại mất tập trung khác. Đó là sự mất tập trung tự áp đặt. Chúng ta hãy gọi đó là "não bị kích thích". Thỉnh thoảng, ai cũng bị như vậy. Bạn không chú ý đến cuộc họp vì lý do tâm trí bạn lang thang hoặc bị gián đoạn bởi một thứ gì đó khác.

Chắc chắn điều này sẽ ít xảy ra hơn nếu bạn bước vào cuộc họp trong trạng thái nghỉ ngơi đầy đủ, với tâm thế sẵn sàng và cố gắng tập trung vào công việc đang cần giải quyết. Nhưng nếu điều đó xảy ra, hãy hiểu rằng điều đó sẽ gây khó chịu cho những người khác, và tốt nhất bạn nên sớm nhận ra, thừa nhận, xin lỗi và khiêm tốn yêu cầu "quay lại" cuộc trò chuyện. Cố gắng né tránh có lẽ chỉ khiến bạn trông ngớ ngẩn hơn và không có tinh thần trách nhiệm cao.

Tương tự như vậy, nếu bạn phát hiện ra ai đó trong cuộc họp dường như đang bận tâm đến một điều gì đó không liên quan – hoặc thậm chí ngủ gật – thì có vẻ lịch sự khi bỏ qua, nhưng tốt hơn hết là bạn nên nói thẳng ra. Tuy nhiên, hãy hành động nhẹ nhàng và có thể thể hiện một chút hài hước vui vẻ khi thừa nhận rằng tất cả chúng ta thỉnh thoảng đều làm như vậy. Có thể áp dụng như, "Tôi muốn nói rằng một số người trong chúng ta đang mất tập trung. Có phải chúng ta cần tạm dưng một chút không? Sau đó, chúng ta có thể tóm tắt lại một chút về vấn đề lúc này dừng lại và tiếp tục cuộc thảo luận."

Dù thế nào đi nữa, sẽ luôn có một số trường hợp gây mất tập trung không thể tránh khỏi. Điều quan trọng là, trong khả năng tốt nhất của mình, hãy dự đoán và cảnh báo những người khác về sự cố gây gián đoạn mà chúng ta biết có thể xảy ra, đồng thời phát hiện và khắc phục càng sớm càng tốt.

Thực hành kỹ năng này

Bước 1: Lấy bảng kẹp giấy lật và một số bút dạ. Sau đó, cùng với một người bạn hoặc đồng nghiệp đáng tin cậy, hãy viết ra càng nhiều ví dụ càng tốt về những điều gây mất tập trung mà bạn đã trải qua trong các cuộc họp gần đây. Khi thực hiện bài tập này, điều quan trọng là phải đánh giá cả các cuộc họp trực tiếp và trực tuyến.

Bước 2: Với tất cả những điều gây mất tập trung này mà bạn mới biết, hãy viết ra những gì bạn có thể làm – tiến về phía trước – để đảm bảo cuộc họp được diễn ra thành công nhất và không bị mất tập trung. Bố trí phòng họp trông như thế nào? Cần phải nói loại thỏa thuận họp nhóm nào khi bắt đầu cuộc họp? (Xem trang 10.) Đối với các cuộc họp trực tiếp, có cần đặt biển báo bên ngoài phòng để mọi người biết đang có cuộc họp diễn ra không? Đối với các cuộc họp trực tuyến, cần thiết lập những thỏa thuận nào khác với các cuộc họp trực tiếp?

Tách biệt mối quan tâm ra khỏi lập trường

Một người mẹ bước vào phòng hiệu trưởng và tuyên bố, "Hiệu trưởng phải nhanh chóng chuyển con gái tôi sang lớp của thầy Smith vì cháu không thể học lớp của cô Jones." Đây là *lập trường* của phụ huynh. Nhưng đó có phải là *mối quan tâm* của cô ấy không? Sự khác biệt – có thể tạo nên tất cả sự khác biệt.

Một lập trường, dù là "của chúng ta" hay "của họ", đều hướng đến một kết quả cụ thể và chúng ta thường chú tâm tới nó, đặc biệt là khi nó như một yêu cầu. Nhưng bất kể lập trường được nêu ra một cách mạnh mẽ như thế nào, chúng ta cũng nên khôn ngoan khi xác định và hiểu được lợi ích khôn khéo thúc đẩy lập trường đó.

Nếu không, việc nhượng bộ lập trường có thể không giải quyết được vấn đề. Rốt cuộc, nếu con bạn nói, "Con đau bụng", có thể có vô số lý do tại sao. Vì vậy, trước khi xem xét nguyên nhân có thể là do những vỏ kẹo dưới gầm giường, bạn có chạy đến phòng cấp cứu và yêu cầu họ cắt bỏ ruột thừa của con bạn không? (Sau đó có thể dỗ dành bệnh nhân nhỏ tuổi đang hồi phục bằng một thanh kẹo yêu thích…?)

Quay lại cuộc trao đổi giữa phụ huynh và hiệu trưởng – ý định của người mẹ có thể rất đơn giản: thay thế giáo viên không đủ trình độ đang dạy con gái mình bằng một giáo viên tốt hơn. Hoặc, trong số những khả năng khác, có thể là phụ huynh không nhận được đủ thông tin liên lạc từ cô Jones, đáng lẽ ra nếu làm thế thì đã trở thành giáo viên rất tuyệt vời. Học sinh có thể sẽ được chuyển sang lớp của thầy Smith sau cuộc trò chuyện này với hiệu trưởng, nhưng hy vọng rằng quyết định được đưa ra sau khi cân nhắc kỹ lưỡng chứ không chỉ là sự nhượng bộ trước áp lực của phụ huynh.

Phụ huynh có thể có giọng điệu tốt hơn ngay từ đầu khi đến gặp hiệu trưởng bằng cách nói các câu như, "Cảm ơn vì đã dành thời gian gặp tôi để tôi có thể trao đổi một chút về giáo viên của con gái tôi. Tôi muốn con bé nhận được nhiều giá trị nhất có thể từ lớp học. Hiệu trưởng có thể giúp tôi không?" (Để biết thêm những cách bắt đầu cuộc trò chuyện hiệu quả khác, hãy xem "Nghệ thuật đặt câu hỏi", trang 5.)

Mặt khác, nếu hiệu trưởng trong tình huống này phản ứng một cách phòng thủ với phụ huynh và với sự phản kháng tương tự thì sao? Điều đó cũng không tốt. Một cách tiếp cận tốt hơn là sử dụng các kỹ thuật giao tiếp không nhằm mục đích giành chiến thắng trong cuộc tranh luận này, mà là để nhận ra và hy vọng khắc phục những mối quan tâm của phụ huynh, thậm chí có thể là những nhu cầu cơ bản của con người như an ninh, phúc lợi kinh tế, cảm giác sở hữu, sự công nhận và trân trọng, và quyền kiểm soát cuộc sống.

Hãy luôn tỉnh táo để phát hiện ra những động cơ như vậy, hãy nghĩ tới khả năng khi lập trường cao tới mức đòi hỏi, thì có thể chỉ là mối quan tâm bị làm quá lên bởi những mối quan tâm khác sâu hơn hoặc nỗi sợ hãi. Khi nhận thức được điều đó thì có thể tránh khỏi những cuộc họp ác mộng, nơi mà ngay từ đầu một số người đã hét lên, "Tôi muốn nó!" và những người khác hét lại, "Bạn không thể có nó!" Rốt cuộc, mọi chuyện sẽ trở nên tồi tệ hơn nếu "nó" không thể được giải quyết và trở thành vấn đề *duy nhất* được thảo luận một cách không cần thiết.

Nghĩ về các vấn đề thay vì dịch vụ.

Điều đó không có nghĩa là đưa ra các đề xuất trong cuộc họp là sai. Chỉ cần cho phép – thậm chí khuyến khích – những người khác đưa ra các đề xuất của riêng họ. Nên đánh giá rằng mỗi chúng ta đều có kinh nghiệm, quan điểm và trí tưởng tượng riêng để đóng góp vào mối quan hệ đối tác này, và không ai trong số những người tham gia quan trọng hơn học sinh. Ý tưởng của bạn có thể tuyệt vời, nhưng có thể hoàn thiện hơn nếu có những điều chỉnh bổ sung. Và đúng vậy, thậm chí có thể có những giải pháp hoàn toàn tốt hơn giải pháp của bạn, nếu bạn cởi mở để nhìn nhận vì lợi ích của học sinh.

Quan điểm mà tôi thực sự muốn nêu ra là mọi người trong cuộc họp nên nói về mối quan tâm chứ không phải về lập trường. Tôi mơ ước rằng thay vì "Tôi yêu cầu dịch vụ dạy giao tiếp cho con tôi", một phụ huynh sẽ nói "Tôi lo rằng không ai hiểu con trai tôi. Tôi muốn con học cách tự bảo vệ. Tôi muốn con tôi có bạn bè". Chắc chắn các thành viên của một nhóm tốt sẽ thông cảm với vấn đề này và sẵn sàng mở rộng trái tim và khối óc để hỗ trợ học sinh đó.

Bằng cách tiếp cận từ góc độ mối quan tâm đó, chúng ta đặt ra tông điệu lý tưởng và tập trung cho tất cả những người tham gia để đội ngũ nhà trường và phụ huynh có thể có một cuộc thảo luận sôi nổi để giải quyết mối quan tâm. Đó là con đường chân thực nhất để đạt được kết quả tốt nhất có thể.

Một đồng nghiệp và người bạn tuyệt vời (đã tham gia các cuộc họp này trong nhiều năm với tư cách là phụ huynh và chuyên gia) đã tóm tắt một cách hoàn hảo cách tốt nhất để xác định những mối quan tâm thực sự và phương thức giải quyết tốt nhất. Lời khuyên của cô ấy: "Hãy nghĩ đến các vấn đề thay vì dịch vụ!"

Thực hành kỹ năng này

- Đối với mỗi câu phát biểu "lập trường" bên dưới, hãy làm hai việc. Đầu tiên: viết ra những "mối quan tâm" cơ bản dẫn đến câu phát biểu đó. Thứ hai: để trả lời cho câu phát biểu đó, hãy viết một câu hỏi mà bạn sẽ dùng để nêu bật mối quan tâm cơ bản đó.
    - **Phụ huynh:** Tôi muốn Mary chuyển đến lớp của thầy Bob vào thứ Hai. Thầy ấy là một giáo viên sáng tạo hơn.
    - **Nhân viên văn phòng nói với quản trị viên:** Arlene và Joan lúc nào cũng buôn chuyện. Tôi rất ghét điều đó và không muốn làm việc ở đây nữa!

  - **Phụ huynh:** Tôi không đồng ý với chính sách của anh, vì vậy tôi sẽ không ký vào mẫu đơn.
  - **Giáo viên nói với phụ huynh:** Con của anh không thuộc về lớp của tôi.
  - **Chuyên gia ngôn ngữ trị liệu:** Tôi càng ngày nhận càng nhiều học sinh trong khi các chuyên gia trị liệu khác có số lượng học sinh vẫn giữ nguyên hoặc giảm. Tôi không thể làm công việc này nữa!
  - **Phụ huynh:** Tôi muốn có một trợ lý kèm riêng cho con tôi.
- Chia sẻ một trải nghiệm gần đây mà bạn hoặc một người nào đó trong cuộc họp đã đưa ra yêu cầu cho thấy mối quan tâm sâu sắc hơn. Sự việc diễn ra như thế nào? Đã làm gì để xử lý tình huống, nếu có? Có thể làm gì tốt hơn?

Sử dụng Tiêu chí Khách quan (Chính đáng)

Tôi không nhận được hoa hồng hoặc bất kỳ phần thưởng nào khác, ngoại trừ sự hài lòng, khi giới thiệu cuốn *Getting to Yes: Negotiating Agreement Without Giving In* của Roger Fisher và William Ury. Đây là một cuốn sách dễ đọc và thiết thực, nhấn mạnh vào bước chuẩn bị cho các cuộc đàm phán dựa trên lợi ích và đưa ra lập luận mạnh mẽ về giá trị của việc đưa ra càng nhiều tiêu chí khách quan càng tốt cho một cuộc đàm phán.

Đó là cách để đạt được "tính chính đáng" (uy tín, sự tôn trọng, địa vị, v.v.), đặc biệt hiệu quả trong việc ủng hộ cho con cái và học sinh của chúng ta. Tầm quan trọng của chúng đối với chúng ta là điều dễ hiểu, nhưng cảm xúc không phải là bằng chứng. Cảm xúc có thể làm lu mờ sự khách quan và việc thể hiện những cảm xúc hơn là đưa ra bằng chứng có thể khiến người khác coi thường chúng ta và do đó coi thường cả mục đích của chúng ta.

Đây là một trong những sai lầm lớn nhất mà tôi đã thấy nhiều lần trong những năm làm hòa giải viên nhà nước và hành nghề tư nhân:

Mọi người đưa ra yêu cầu dựa trên cảm xúc, bản năng và phản ứng bản năng thay vì đưa ra bằng chứng và tài liệu hợp lý, khách quan.

Hãy xem xét ví dụ này.

> Trong cuộc họp của đội ngũ Chương trình Giáo dục Cá nhân hóa (IEP), một người cha được đại diện của học khu yêu cầu giải thích lý do tại sao ông yêu cầu thêm một giờ dịch vụ ngôn ngữ nói cho con gái mình. Ông trả lời, "Vì tôi gặp khó khăn trong việc hiểu những gì con bé nói."

Hoặc cuộc trao đổi đối thoại này thì sao?

> **Giáo viên giáo dục đặc biệt:** Thật là một tin tốt! Mike đang tiến triển rất tốt nên tôi đề xuất với đội ngũ IEP ở đây rằng chúng ta chỉ nên cung cấp dịch vụ tư vấn cho em ấy thôi.
>
> **Người mẹ:** Chà, thật là bất ngờ! Làm sao biết con bé tiến triển tốt như vậy?
>
> **Giáo viên hỗ trợ:** Vâng, Mike đều có được điểm số tốt trong tất cả các lớp học.

Bạn có thấy hai yêu cầu này có thể thiếu tính chính đáng không? Cả phụ huynh và giáo viên đều có thể hoàn toàn đúng. Tuy nhiên, không ai trong số họ cung cấp bằng chứng hỗ trợ.

Trước khi thay đổi dịch vụ trong IEP, các thành viên trong đội ngũ cần tiếp nhận và thống nhất thông tin khách quan. Trong trường hợp trên đối với người cha, việc ông ấy nói với đội ngũ IEP rằng ông ấy muốn thêm dịch vụ ngôn ngữ nói vì ông ấy không hiểu con gái mình là chưa đủ. Ông ấy phải tạo ra sự thuyết phục hơn khi đưa ra báo cáo đánh giá chuyên môn của nhà trị liệu ngôn ngữ, hoặc lời khai xác nhận của giáo viên dạy con gái mình, nhà trị liệu ngôn ngữ hiện tại và các nhà cung cấp dịch vụ khác.

> Cảm xúc có thể làm lu mờ sự khách quan.

Trong ví dụ thứ hai, có thể có một số lý do khác giúp Mike có được điểm số tốt trong các lớp, bao gồm cả sự hỗ trợ mà sẽ biến mất nếu yêu cầu của giáo viên được chấp thuận.

Bỏ qua bối cảnh giáo dục, hãy tưởng tượng bạn đang đàm phán với một đại lý ô tô. Bạn có thể đưa ra những tiêu chí khách quan hấp dẫn nào mà cả bạn và đại lý có thể xem xét để xác định mức giá hợp lý? Bạn có nói "Kelley Blue Book" không? Nếu có, bạn đã hiểu được và sẽ nhận được ưu đãi nếu bạn cũng nghĩ đến việc trích dẫn các mức giá mà các đại lý khác đã công bố.

Một số ví dụ thiết thực hơn:

- Nếu bạn muốn giao tiếp tốt hơn với giáo viên của con mình, bạn có thể mang theo một mẫu nhật ký giao tiếp do đội ngũ trường học trước đây sử dụng.
- Có thể học khu có một phương thức giao tiếp cụ thể giữa nhân viên nhà trường và phụ huynh.
- Bạn có thể hỏi giáo viên, "Phương thức giao tiếp ưa thích của bạn là gì?" hoặc tìm hiểu xem giáo viên có giờ làm việc không.

Về phía nhà trường, có thể bạn muốn phụ huynh giao tiếp tốt hơn hoặc bạn muốn học sinh đến trường đúng giờ. Tính chính đáng mà bạn đưa ra có thể được chứng minh thông qua điểm số của học sinh, chính sách chuyên cần của học khu và có lẽ là chương trình giảng dạy cụ thể mà học sinh bỏ lỡ do không đến trường.

Vấn đề ở đây là, bằng cách nhấn mạnh vào các tiêu chí khách quan (như Kelley Blue Book hoặc các chính sách chuyên cần đã đăng tải), điều này giúp mọi người không áp đặt cảm xúc vào cuộc cuộc trò chuyện. Với vai trò là một bên trung lập, tôi muốn mọi người đạt được những gì mong muốn – nhưng tốt hơn hết là bạn nên có tài liệu khách quan như sự bảo vệ dự phòng cho các yêu cầu của mình.

Cho dù mua ô tô, yêu cầu khuyến mãi hay tìm kiếm dịch vụ hỗ trợ giáo dục đặc biệt cho trẻ, thì việc bạn nắm được các tiêu chí đáng tin cậy và khách quan là điều cần thiết để đạt được những gì mình muốn. Vì vậy, từ giờ trở đi, khi đưa ra quyết định hoặc trình bày sự việc của mình, hãy nhấn mạnh vào tiêu chí tương đương của Kelley Blue Book.

Thực hành kỹ năng này

- Xem tờ chuẩn bị cho cuộc họp ở phụ lục 1 (trang 98).
- Nghĩ về một cuộc đàm phán không được thành công gần đây của bạn. Bạn có thể đưa ra thông tin khách quan nào để giúp cuộc trò chuyện diễn ra tốt đẹp hơn?
- Nghĩ về một cuộc đàm phán thành công gần đây của bạn. Thông tin khách quan nào đã giúp cuộc đàm phán diễn ra tốt đẹp?
- Chuẩn bị cho cuộc trò chuyện hoặc cuộc đàm phán có vẻ khó khăn sắp tới giữa bạn và đồng nghiệp, giáo viên hoặc phụ huynh. Viết ra một số thông tin khách quan mà bạn có thể đưa vào cuộc trò chuyện để giúp bạn đạt được thỏa thuận.

Đừng tranh luận trong đầu

Lần cuối cùng bạn có sự bất đồng quan điểm mà không thực sự lắng nghe quan điểm đối lập là khi nào? Thôi nào; chúng ta đều đã từng làm vậy. Bạn tham gia vào cuộc trò chuyện, tranh luận hoặc đàm phán rồi lại lờ đi. Tại sao? Bởi vì bạn cho rằng bạn biết lập trường của người đó và bạn thích ý kiến của riêng mình hơn. Bạn thậm chí không nghe thấy họ nói gì vì bạn quá bận tính toán xem mình sẽ nói gì tiếp theo. Những gì bạn đang làm – bên trong sự bảo thủ của mình – là tuyên bố rằng bạn hoàn toàn đúng và họ hoàn toàn sai. Với giọng điệu ngạo mạn đó trong cuộc trò chuyện (hoặc cuộc họp!), bạn đang đưa ra nhiều quan điểm hơn hay có thêm kẻ thù?

Hãy lấy tôi làm ví dụ. Vâng, tôi, một Người truyền đạt và chuyên gia giải quyết xung đột, gần đây đã nói chuyện điện thoại với một người họ hàng về chính trị (quy tắc số 1 về những vấn đề không bao giờ nên thảo luận với họ hàng). Quả thực, ngay khi anh ấy bắt đầu nói, tôi đã lắc đầu và lên kế hoạch đáp trả dí dỏm. Tôi tự nghĩ, "Anh ta chẳng biết gì cả, và tôi sẽ chỉ dạy cho anh ấy". Vì vậy, tôi đã đưa ra lập luận của mình trong khi anh ấy đang nói và tôi hình dung được anh ấy cảm thấy khiêm nhường như thế nào khi tôi được tự do phô trương trí tuệ siêu việt của mình cho anh ấy. Tất nhiên, sự thiếu chú ý của tôi đã làm tôi đã bỏ lỡ mọi quan điểm mà anh ấy đưa ra.

Cuối cùng, tôi đã thừa nhận và xin lỗi (xem "Vai trò của lời xin lỗi", trang 61). Một lần nữa, chúng tôi đã đồng ý là không thảo luận về chính trị, một thỏa thuận mà tôi cho là sẽ kéo dài ít nhất một vài đợt bầu cử. Nếu tôi cởi mở hơn với quan điểm của anh ấy, liệu anh ấy có cởi mở hơn với quan điểm của tôi không? Liệu một trong hai chúng tôi có thuyết phục được người kia xem xét lại hoặc sửa đổi lập trường của họ, nếu không muốn nói là đảo ngược nó? Câu trả lời là "Ai biết được?" Nhưng theo tình hình hiện tại, chúng tôi vẫn cứng đầu và không bao giờ thay đổi quan điểm một chút nào.

Vậy còn bạn thì sao? Hãy suy nghĩ về một cuộc trò chuyện khó khăn gần đây của riêng bạn, người kia đang nói trong khi bạn "trong đầu" đưa ra một phản ứng gay gắt thay vì cho thấy sự "hiện diện" tích cực của mình.

Có lẽ trường hợp ví dụ của bạn giống như một cuộc thảo luận tại cuộc họp nhân viên hoặc trong cuộc họp của đội ngũ Chương trình Giáo dục Cá nhân hóa (IEP), khi phụ huynh yêu cầu các dịch vụ ngôn ngữ nói bổ sung cho con mình. Hoặc có thể đó là một nhà tâm lý học trường học nêu lên mối lo ngại với phụ huynh về khả năng tập trung của con họ.

> Có càng nhiều phương án thay thế càng tốt; hạn chế các giả định.

Một số người có nhiều kinh nghiệm trong trường hợp này, chẳng hạn như nhà tâm lý học trường học thường xuyên tổ chức các cuộc họp IEP, trong khi phụ huynh có thể coi đó là lợi thế sân nhà của họ. Đối với họ, cuộc họp hoàn toàn không phải là thông lệ. Đây là một sự kiện đáng sợ và quan trọng, kết quả của cuộc họp có ý nghĩa rất lớn đối với tương lai của con họ. Mỗi người, theo cách riêng của họ, sẽ thấy sự bổ ích từ lời khuyên "Đừng tranh luận trong đầu."

Các viên chức nhà trường kỳ cựu có thể cảm thấy họ đã "nghe thấy tất cả trước đây" và có sự phòng thủ bằng các chính sách và tiền lệ chuẩn hóa. Có thể họ thậm chí đã biết trước kết quả khi có bản dự thảo kết quả IEP trong tay, trước khi nghe một từ nào do phụ huynh đề xuất. Tương tự như vậy, có thể phụ huynh quá căng thẳng vì quy trình lạ lẫm đến mức họ đã tưởng tượng ra các kịch bản trong đầu, tất cả đều cho rằng họ và nhà trường như là kẻ thù của nhau. Trên thực tế, họ đã tự thuyết phục mình rằng cuộc họp sẽ là rất căng thẳng và đã tập dượt trước.

Đừng hiểu lầm tôi: chuẩn bị không phải là điều xấu. Tất nhiên, rất quan trọng khi tìm hiểu trước, áp dụng kinh nghiệm có tổ chức, nhưng một tâm trí cởi mở cũng rất quan trọng. Có sự khác biệt giữa các kế hoạch dự phòng và các kế hoạch được xác định trước. Tối đa hóa các phương án thay thế; giảm thiểu các giả định. Cố gắng hết sức để bước vào cuộc họp mà không có các kế hoạch, yêu cầu hoặc bất kỳ suy nghĩ nào khác khiến bạn coi mọi việc mang tính cá nhân quá nhiều.

Thay vào đó, hãy chuẩn bị các chủ đề, vấn đề và mối quan tâm có thể được đưa ra thảo luận công bằng bởi tất cả các bên – cùng đồng ý về sứ mệnh chung là phục vụ nhu cầu của học sinh. Cách tiếp cận đó có nhiều khả năng mang lại kết quả hài lòng.

Sau đây là một minh họa thực tế. Một đứa trẻ có nhu cầu đặc biệt gặp khó khăn trong kỹ năng viết tay. Phụ huynh yêu cầu hoặc đề xuất (không phải là đòi hỏi) nhà trường cung cấp phần mềm kích hoạt bằng giọng nói. Giáo viên tự hỏi (không phải tranh luận) liệu có biện pháp nào tốt hơn việc cung cấp thiết bị tốn kém có thể làm gián đoạn toàn bộ lớp học và có thể thực hiện được về lâu dài hay không.

Cách tiếp cận này giúp có một cuộc trò chuyện thấu hiểu lẫn nhau và mọi người trong cuộc họp sẽ có suy nghĩ cởi mở hơn, và đưa ra một giải pháp thay thế, cụ thể là dạy trẻ đánh máy. Sẽ có một lộ trình hành động ngay lập tức và thiết thực giúp học sinh thành thạo được một kỹ năng về lâu dài.

Khi mọi người nói, họ mong muốn bạn lắng nghe, và nếu bạn lắng nghe với thái độ cởi mở tôn trọng thì sẽ giành được sự tôn trọng và cởi mở của *họ*. Vậy hãy cố gắng tập trung lắng nghe những gì họ đang nói, chứ không phải trước đó. Khi đó, chúng ta có thể sẽ nhận được sự tôn trọng tương tự. Đó là điều thông minh, hiệu quả và đúng đắn cần làm.

Thực hành kỹ năng này

- Sử dụng câu hỏi! Nếu bạn đang trong một cuộc trò chuyện mà bạn cảm thấy mình đang mất tập trung và không còn chú ý để có thể chuẩn bị cho lời đáp trả gay gắt của mình, hãy dừng lại. Đặt một câu hỏi không mang tính đe dọa (xem "Nghệ thuật đặt câu hỏi", trang 5), đợi phản hồi và cho phép tâm trí bạn được thư thả để có thể tập trung lại và lắng nghe người kia nói.
- Chú ý đến bản thân, cụ thể là bộ não của bạn. Khi bạn thấy mình đang tranh luận trong đầu trong khi người khác đang nói, hãy dừng lại. Hãy tin rằng sẽ đến lượt mình nói và hy vọng cũng được lắng nghe như thế.

Phản ứng với Ý tưởng, Không phải với Con người

Thật không may, đôi khi chúng ta chú ý nhiều hơn đến tính cách của một cá nhân hơn là những gì người đó nói. Điều đó đặc biệt đúng khi những người này có cảm xúc mãnh liệt hoặc có cái tôi quá lớn. Chúng ta có thể bị phân tâm hoặc bị đe dọa bởi các yếu tố bên ngoài khác, chẳng hạn như ngoại hình, địa vị nghề nghiệp, trình độ học vấn, danh tiếng trong lĩnh vực, v.v. Vậy làm thế nào chúng ta có thể vượt qua những tình huống này và đảm bảo cuộc trò chuyện tập trung vào ý tưởng và mối quan tâm của cá nhân, thay vì tập trung vào tính cách, ngoại hình, chức danh hoặc hành vi?

Để xem tôi có thể đưa ra cho bạn một ví dụ hay không. Tôi đã làm việc với một bà mẹ đơn thân có hai đứa con khuyết tật. Chúng vừa mới chuyển đến một học khu mới và không có nhà ở. Bà mẹ này có rất nhiều việc phải làm, kể cả một số vấn đề của riêng bà. Khi nói chuyện với bà, tôi rất dễ bị lạc đề.

Khi cô ấy phàn nàn về học khu cũ, bày tỏ sự tức giận và thất vọng về cách cô ấy bị đối xử ở đó, tôi sẽ thừa nhận điều đó bằng cách nói rằng, "Nghe có vẻ như cô và các con của cô đã có thời gian thực sự tồi tệ ở học khu cũ của cô." Cô ấy sẽ trả lời, "Đúng vậy." Sau đó, tôi có thể hỏi cô ấy, "Một trong những lý do cô đến học khu mới là hy vọng có một khởi đầu mới; đúng không?" Cô ấy sẽ trả lời là có. Tôi tiếp tục sử dụng các câu hỏi từ chương "Nghệ thuật đặt câu hỏi" (trang 5), chẳng hạn như, "Làm sao cô biết được cô và các con đang có một khởi đầu mới?" và "Những gì sẽ được thấy nếu mối quan hệ giữa cô và trường học của con cô được cải thiện?"

Tôi duy trì phương pháp tiếp cận này bằng cách nói rằng, "Tôi muốn cô có một khởi đầu mới. Cô sẽ nhận được nhiều lợi ích hơn từ một môi trường hỗ trợ thông qua một kế hoạch giao tiếp tốt giữa những người lớn." Ngay cả khi đó, phản ứng của cô ấy có thể là hét lên, "Marc, họ tạo nhiều tổn hại cho tôi quá. Tôi không có thời gian để tìm việc làm vì tôi dành toàn bộ thời gian để tranh đấu cho con tôi!" Tuy nhiên, tôi sẽ bình tĩnh nói rằng, "Vì vậy, điều quan trọng là cô phải tìm được một chương trình đáp ứng nhu cầu của con mình. Tôi muốn làm việc với cô và đội ngũ nhà trường để hỗ trợ cô về vấn đề đó."

Những cuộc trò chuyện như thế này sẽ xảy ra trong quy trình – và nhiều cuộc trò chuyện đó giống như những buổi biểu diễn lặp lại – nhưng điều quan trọng là phải duy trì sự nhất quán và tránh bị cuốn vào những cảm xúc lệch lạc. Điểm mấu chốt là tập trung vào mối quan tâm và phản hồi lại với ý tưởng của cô ấy, chứ không phải tính cách của cô ấy.

Đồng thời, tôi nhận được phản hồi từ đội ngũ nhà trường rằng phụ huynh này thiếu tôn trọng, đến văn phòng hét lên và liên tục gửi email cáo buộc nhân viên của học khu làm sai. Vì vậy, tôi hỏi họ, "Anh chị muốn thấy điều gì xảy ra?"

> Điểm mấu chốt là tập trung vào mối quan tâm và phản hồi lại với ý tưởng của cô ấy, chứ không phải tính cách của cô ấy.

Bạn thấy đấy, điều quan trọng là *họ* cũng tập trung nhiều hơn vào ý tưởng và mối quan tâm hơn là tính cách. Tôi có thể giải thích với nhóm nhân viên của học khu về tầm quan trọng của việc mọi người đưa ra kế hoạch giao tiếp giữa nhà trường và phụ huynh, để phụ huynh có được thông tin cần thiết và để các nhân viên cũng cảm thấy được tôn trọng. Hãy nhớ rằng mọi người đều có những mối quan tâm cần được công nhận, đặc biệt là trẻ em.

Kỹ năng này chắc chắn là một trong những kỹ năng khó thành thạo nhất trong cuốn sách này. Tôi đã làm trong lĩnh vực này trong một thời gian dài và tôi vẫn đang cố hết sức để tập trung vào mối quan tâm và ý tưởng thay vì tập trung vào tính cách mạnh mẽ đó. Và mặc dù ví dụ trên của tôi liên quan đến phụ huynh, hãy tin tôi, có rất nhiều ví dụ về một ai đó trong đội ngũ của trường có cái tôi quá lớn, hoặc một người khác cư xử gây mất tập trung, hoặc học sinh đang được thảo luận là con của một viên chức nhà trường nổi tiếng, v.v. Nói về sự mất tập trung và những người quan trọng, tôi nghĩ đến người đồng nghiệp đã từng cảm thấy khó tập trung đúng mức trong các cuộc họp liên quan đến đứa trẻ có nhu cầu đặc biệt của một phụ huynh rất tích cực, người này cũng tình cờ là một ngôi sao truyền hình nổi tiếng và có sức lôi cuốn!

Bất kỳ ai khác trong cuộc họp – bất kể có nổi tiếng, hung hăng, có tầm ảnh hưởng, xúc phạm, thân thiện, không có sức lôi cuốn, cản trở, truyền cảm hứng, đòi hỏi, gây khó chịu, bạn cứ nói đi – bạn cũng ở đó và vấn đề đang được đề cập là một đứa trẻ cần sự chú ý tốt nhất của bạn. Một trong những người gây mất tập trung đó có thể trở thành nguồn ý tưởng đáng giá. Đừng bỏ lỡ vì bạn bị phân tâm bởi tính cách mạnh mẽ, một yếu tố ít quan trọng hơn.

Ngược lại, bạn nên cho rằng những ý tưởng hay đó sẽ xuất hiện bất cứ lúc nào và bạn sẽ là người nhận ra và ấp ủ chúng. Bạn nên giữ thái độ nhất quán, tập trung rõ ràng, với tâm trí cởi mở và luôn hướng về phía trước.

Thực hành kỹ năng này

- Nghĩ về một cuộc trò chuyện hoặc đàm phán gần đây bị dừng lại vì tính cách, lập trường hoặc thái độ cản trở của ai đó. Khi bạn nhìn lại, bạn có thể xác định được mối quan tâm của người này không? Bạn có thể làm gì để bắt đầu lại cuộc đối thoại với mục đích tập trung vào mối quan tâm và nhu cầu? Hãy luôn tìm kiếm mối quan tâm *chung*.
- Tại cuộc họp IEP tiếp theo hoặc cuộc họp về học sinh khác, hãy tập trung vào việc xác định mối quan tâm và nhu cầu của từng thành viên trong nhóm. Bất cứ khi nào bạn thấy mình bị

phân tâm khỏi mục tiêu này, hãy nhẹ nhàng với bản thân (nhớ hít thở) và quay lại tập trung vào những gì người đó đang nói.

- Tập hợp một vài người mà bạn tin tưởng và thử nhập vai. Hãy tưởng tượng rằng tất cả các bạn đều là những người tham gia vào một cuộc họp nhóm IEP. Chọn một người làm giáo viên, phụ huynh, trợ lý riêng, quản trị viên hoặc chuyên gia có tính cách mạnh mẽ và yêu cầu họ đưa ra mối quan tâm hoặc yêu cầu hợp lệ. Khi người này đang nói, hãy chỉ tập trung vào những gì họ đang nói. Sau khi kết thúc trò chơi nhập vai, phải phỏng vấn tất cả người tham gia và xác minh xem mối quan tâm đã được xác định chính xác hay chưa.

Đã đến lúc dừng lại, nghỉ ngơi và hít thở

Vào giữa kỳ học, bạn có thể cảm thấy như mình đang cố gắng trụ lại, chờ đợi kỳ nghỉ tiếp theo. Bạn có quen với nỗi sợ hãi đó không? Hoặc có thể bạn không chỉ chán nản ở giữa năm. Trong mọi trường hợp, bất cứ khi nào nó ập đến, tôi muốn bạn nhả chân ga một lúc, liếc nhìn vào gương và trả lời một cách trung thực: Mọi việc thế nào? Đây có phải là một trong những lúc bạn nên chuyển sang "ba chữ B" (Brake = Dừng lại, Break = Nghỉ ngơi, Breathe = Hít thở) để giúp bạn duy trì đúng hướng không?

Dừng lại. Đây là kỹ thuật tâm lý tự nhủ rằng hãy ngừng việc đưa năng lượng tiêu cực vào những gì đang thúc đẩy chúng ta. (Tôi không gợi ý thực hiện những thay đổi bên ngoài.) Khi chúng ta bận rộn và có thể phải đảm nhiệm nhiều vai trò, thì việc tăng tốc lên chế độ vượt tốc là điều tự nhiên. Nhưng khi làm như vậy, chúng ta sẽ bỏ lỡ cảnh đẹp lướt qua mình – và có lẽ là một số biển báo giao thông quan trọng. Chúng ta không còn nhìn thấy lý do, mục đích và đối tượng của công việc mình làm. Và chúng ta không còn nhận thức được cảm xúc của mình cũng như cách người khác nhìn nhận về mình. Chúng ta thậm chí không biết liệu người khác hiểu mình nói hay không, và chúng ta chắc chắn sẽ không hiểu tốt quan điểm của người khác. Việc dừng lại giúp chúng ta giảm bớt đi sự tức giận, oán giận, thất vọng hoặc bất kỳ cảm xúc nào khác có thể khiến chúng ta lạc hướng. Việc dừng lại giúp chúng ta có những khoảng nghỉ cần thiết.

Nghỉ ngơi. Đây có thể là khoảng nghỉ ngơi năm phút "Tôi cần hít thở một chút không khí" hoặc "Chúng ta hãy ngủ một giấc". Điều quan trọng là dành thời gian để hiểu và xử lý những điều vừa được nói trong cuộc họp, cũng như để suy nghĩ thấu đáo hơn để đảm bảo giao tiếp theo cách tích cực, hiệu quả. Hãy nhớ rằng việc nghỉ ngơi thường cũng ảnh hưởng tới những người khác, vì vậy điều quan trọng là phải thống nhất về thời gian nghỉ ngơi – mười phút, một ngày, một tuần... Việc nghỉ ngơi còn cho phép chúng ta có một bước đi lành mạnh, để chúng ta hít thở bầu không khí khác.

Hít thở. Nếu chúng ta phải dừng lại, rất có thể chúng ta đã không thở đúng cách. Làm việc trong lĩnh vực giáo dục đặc biệt và có con hoặc học sinh khuyết tật có thể là một thách thức và mang tính cảm xúc. Đối với phụ huynh, điều này cũng mang tính cá nhân. Bất kể chúng ta là ai, chúng ta cũng nên nhớ hít thở. Khi tôi viết những dòng này, có vẻ rất đơn giản: "Đừng quên hít thở!" Đúng vậy, đúng không? Đúng vậy, nhưng tôi chọn chủ đề này vì tôi cũng có thể quên "Dừng, Nghỉ và Hít thở", đặc biệt là vào một số thời điểm nhất định trong năm. Nhưng tôi biết rằng khi tôi ép buộc bản thân làm điều đó, tôi trở nên bình tĩnh hơn, chắc chắn hơn và cởi mở hơn để tiếp tục cuộc trò chuyện khó khăn đó. Hãy thử xem – nó thực sự hiệu quả.

Thực hành kỹ năng này

- Bạn cảm thấy lo lắng trước một cuộc họp đầy khó khăn? Đặt hẹn giờ trong năm phút rồi sử dụng thời gian đó để hít thở. Nó sẽ giúp bạn thư giãn, vững vàng và mở lòng để đạt được hiệu quả cao nhất.
- Tập trung vào những điều tích cực và thể hiện sự trân trọng đối với những gì đang diễn ra suôn sẻ. Một "chiến thắng" đơn giản như tập hợp mọi người lại với nhau để mở cuộc họp IEP hoặc nói với giáo viên rằng bạn đánh giá cao cách thức giao tiếp của cô ấy.

Ăn mừng và Nghỉ ngơi

Trong suốt năm, lịch học của trường luôn tạo cơ hội cho nhân viên và gia đình của học khu có những "khoảng nghỉ" (ít nhất là thời gian không phải thấy nhau!). Cho dù bạn là phụ huynh, học sinh, giáo viên, quản trị viên, nhà cung cấp dịch vụ hay nhân viên khác, đó là thời điểm vô cùng tuyệt vời để ăn mừng. Điều này liên quan đến hai "kỹ năng":

Ăn mừng. Nhân viên và phụ huynh của học khu: Cả hai đều cần suy ngẫm về năm học và xem xét những thành tích của mình. Bạn đã hỗ trợ học sinh của mình như thế nào? Nếu bạn là phụ huynh, ít nhất là nghĩ xem bạn có cách thức làm việc mới nào với trường học của con mình? Nếu bạn là nhân viên của học khu, hãy suy ngẫm xem bạn đã làm việc với một số gia đình hoặc đồng nghiệp khó khăn nhất của mình theo những cách thức mới nào? Có thể bạn đã thực hiện một số thay đổi tích cực có hệ thống. Nếu vậy, hãy ăn mừng!

Không có thành công nào là quá nhỏ hoặc quá "nhàm chán". Chà, có thể là bạn đã xây dựng được lòng tin mới với một gia đình và giờ đây phụ huynh đang chào hỏi giáo viên của con mình, trong khi trước đây không hề chào hỏi một tiếng. Từ chiến thắng nhỏ đó có thể biến thành tiến triển to lớn.

Nghỉ ngơi. Bây giờ chúng ta đã suy ngẫm về những thành tựu của năm qua, đã đến lúc nghỉ ngơi và thư giãn xứng đáng. Tất cả chúng ta đều cần trẻ hóa. Vì vậy, hãy đi xa, dù là "nghỉ dưỡng tại nhà" hay mạo hiểm đến một nơi nào đó xa xôi và lạ lẫm. Chỉ cần dành thời gian để đi dạo trên bãi biển hàng tuần cũng có thể tạo nên điều kỳ diệu, cũng như cho trí tưởng tượng của bạn được bay xa tại một rạp chiếu phim địa phương.

Tôi cung cấp kỹ năng này với hy vọng rằng bạn sẽ ăn mừng những thành công của mình trong năm qua và nghỉ ngơi để có thể trở lại trong tâm thế tươi mới và lạc quan cho năm học tiếp theo. Tôi mong muốn chúng ta tiếp tục nỗ lực hợp tác và hỗ trợ các gia đình và học khu. Bạn biết đấy, thật tuyệt khi nói những điều lạc quan như vậy. Hãy thử và xem nhé!

Thực hành kỹ năng này

- Suy ngẫm về năm qua, hoặc thậm chí là tháng trước, và lập danh sách những thành tựu mà bạn đạt được. Nếu bạn tự nhủ rằng mình không có thành tựu nào, tôi thực sự không tin bạn! Hãy liên hệ với đội ngũ hỗ trợ của bạn nếu bạn cần trợ giúp về vấn đề này; Tôi chắc rằng họ có một số ý tưởng tuyệt vời.
- Xem lại lịch mùa hè của bạn và dành thời gian để thư giãn và hồi phục. Không quan trọng là kế hoạch của bạn lớn hay nhỏ, điều quan trọng là bạn có thời gian nghỉ ngơi về mặt tinh thần và mong chờ điều đó. Nếu bạn ở địa phương, hãy lập danh sách những thứ có thể làm gần đó khiến bạn vui vẻ và giúp bạn nghỉ ngơi. Không cần phải viện cớ! Cộng đồng chúng tôi có *rất nhiều* hoạt động miễn phí.

Mô hình hóa Tiêu chuẩn cốt lõi chung

Trước khi tốt nghiệp trung học, học sinh được kỳ vọng có khả năng:

- chuẩn bị và tham gia hiệu quả vào nhiều cuộc trò chuyện mang tính hợp tác
- tham gia cuộc trò chuyện có sự chuẩn bị
- hòa đồng
- xây dựng cuộc thảo luận
- chắt lọc ý tưởng và hiểu biết

Những kỹ năng giao tiếp tuyệt vời này được đưa vào "Sáng kiến Tiêu chuẩn cốt lõi chung của Tiểu bang", được các trường học trên khắp cả nước sử dụng kể từ năm 2010. Đây là ưu tiên trong chương trình giảng dạy – và là nhiệm vụ bắt buộc – ngang hàng với kỹ năng đọc, viết và toán học. Chúng ta đang nói về các công cụ cần thiết để có một cuộc sống trưởng thành thành công. Học sinh chỉ có thể mong đợi giáo viên, cố vấn và những người khác có các kỹ năng Tiêu chuẩn cốt lõi chung này.

Vì vậy, chúng tôi đặt câu hỏi này cho nhân viên nhà trường (và cả phụ huynh): Làm thế nào để bạn mô hình hóa các tiêu chuẩn này cho học sinh của mình? Đây không nhất thiết là điều dễ dàng.

Dạy toán và đọc là một chuyện. Bạn bắt đầu bằng "1, 2, 3" và "A, B, C", sau đó tiếp tục từ đó. Nhưng đâu là sách hướng dẫn dạy giao tiếp, hợp tác và làm việc nhóm? Tôi hoàn toàn đồng ý với Tiêu chuẩn cốt lõi chung rằng những kỹ năng này rất cần thiết cho cuộc sống sau trung học. Trên thực tế, công việc chúng tôi làm tại Purchin Consulting – kể cả việc cung cấp sổ tay hướng dẫn này – khá giống với mục tiêu đó.

Thật đáng tiếc nếu những kỳ vọng về "ngôn ngữ" đó được xem ít quan trọng hơn trong chương trình giảng dạy, khi mà thực tế có thể nói rằng nó lại nằm trong bản mô tả công việc của bạn, dù là viên chức nhà trường hay phụ huynh! Hy vọng rằng mọi người trong quan hệ đối tác này sẽ nhận ra và duy trì *tất cả* các tiêu chuẩn Cốt lõi chung. Lưu ý thêm: sử dụng các kỹ năng và mẹo giao tiếp này có thể là một điểm cộng khi bạn ở trong các tình huống chẳng hạn như cuộc họp phụ huynh-nhà trường, và muốn làm đúng với học sinh của mình. Ai cũng muốn có cuộc họp thành công. Việc giữ cuốn sách này trong tay có thể rất hữu ích.

Không ai trong chúng ta muốn xung đột và trục trặc trong mối quan hệ giữa nhà trường và gia đình – hoặc bất kỳ mối quan hệ quan trọng nào khác. Tuy nhiên, có nhiều cách để giải quyết những trở ngại xảy ra, và thậm chí còn tốt hơn, có nhiều cách để tránh ngay từ đầu. Dù bằng cách nào, điều quan trọng là học các kỹ thuật mà những người giao tiếp giỏi nhất sử dụng. Họ nổi tiếng với khả năng hiểu được điều gì là quan trọng nhất và hợp tác tốt với người khác để giải quyết vấn đề. Bây giờ hãy trở lại phần đầu chương này và đọc lại năm điểm. Đúng mục tiêu rồi!

> Sử dụng các kỹ năng giao tiếp này có thể là một điểm cộng để làm đúng với học sinh của mình.

Chắc chắn, cần phải chú ý kỹ vào mỗi điểm, giải thích thêm và kèm theo một số mẹo hoặc bài tập để có sự chuẩn bị và tự tin, nhưng điều đó rất xứng đáng với công sức bỏ ra. Và bây giờ bạn đã có cuốn sách này trước mắt, hãy coi nó như hướng dẫn sử dụng.

Hãy nghĩ về một môn học khác của Tiêu chuẩn cốt lõi chung –

toán học – và học môn này đòi hỏi phải hiểu rõ các vấn đề, phương pháp giải quyết chúng và các bài tập để rèn luyện tính kỷ luật và tăng khả năng áp dụng các khái niệm đó để giải quyết các vấn đề trong tương lai. Bộ kỹ năng này cũng tương tự như vậy. Khi khả năng giao tiếp của bạn được cải thiện, hiệu quả làm việc và các mối quan hệ của bạn cũng sẽ được cải thiện. Và nếu bạn làm gương cho trẻ em, đó sẽ là một thành tích vô cùng tự hào.

Thực hành kỹ năng này

- Sử dụng chỉ thị Tiêu chuẩn cốt lõi chung này cho cuộc họp nhóm của bạn. Tại cuộc họp đó, hãy đăng năm tiêu chuẩn bắt buộc, sau đó xem xét từng tiêu chuẩn một – như một nhóm thống nhất – và thảo luận về cách làm việc của các cá nhân và nhóm nói chung và có thể làm tốt hơn. Một lần nữa, đây là những kỹ năng giao tiếp mà chúng ta được mong đợi sẽ truyền đạt cho tất cả học sinh:
- chuẩn bị và tham gia hiệu quả vào một loạt các cuộc trò chuyện hợp tác
- tham gia cuộc trò chuyện có chuẩn bị
- hòa đồng
- xây dựng cuộc thảo luận
- chắt lọc ý tưởng và hiểu biết
- Chọn bất kỳ chương nào trong cuốn sách này và thực hành các kỹ năng được nhấn mạnh. Tất cả đều có liên quan trực tiếp đến việc mô hình hóa các tiêu chuẩn cốt lõi chung này.

"Thẳng thắn, Trung thực, Tôn trọng"

Giao tiếp thành công và Giải quyết Tranh chấp Thay thế (ADR) mang tính khéo léo hơn là về mặt khoa học. Những ý tưởng hay có thể đến từ nhiều hình thức và nhiều nguồn khác nhau. Ngay từ đầu, tôi đã nhấn mạnh rằng "ADR tốt" không phải là về những người hòa giải viên như tôi, mà là về việc xây dựng một nền văn hóa. Trong thế giới ADR, nếu một điều gì đó đang diễn ra tốt đẹp hoặc ai đó có một kỹ năng tuyệt vời, chúng ta muốn mượn nó, áp dụng nó và sử dụng nó. Không cần phải sáng tạo thứ đã có sẵn. Tất cả chúng ta đều học hỏi lẫn nhau và có thể bắt đầu sử dụng những kỹ năng này trong môi trường làm việc của mình để giúp mọi thứ phát triển tốt đẹp, vì lợi ích của tất cả mọi người.

Khi tôi có cơ hội giúp xây dựng và phát triển một chương trình ADR trong một hiệp hội khu vực lớn gồm mười hai học khu và hai mươi hai trường bán công, một trong những điều tôi đã triển khai ngay lập tức là Giải thưởng Công nhận Kỹ năng Giải quyết Tranh chấp Thay thế. Giải thưởng nhằm tôn vinh một cá nhân đã giới thiệu một công cụ hoặc kỹ thuật đã giúp ngăn ngừa các tình huống xung đột hiệu quả – hoặc tích cực giải quyết chúng.

Một trong những câu thần chú chiến thắng, được một giáo viên đề cử, là câu thần chú "Thẳng thắn, Trung thực, Tôn trọng", do một hiệu trưởng nhà trường tạo ra, người đã dán trong phòng họp Chương trình Giáo dục Cá nhân hóa (IEP). Bạn không thể bỏ lỡ nó, và nó như một lời nhắc nhở to và rõ ràng hàng ngày về cách mà nhân viên, quản trị viên, học sinh và phụ huynh đã đồng ý giao tiếp với nhau.

Tôn trọng là điều nên phải có ngay từ đầu.

Chúng ta đều biết rằng ba từ ngữ nhỏ có thể có ý nghĩa rất lớn. Điều đó chắc chắn đúng với cụm từ "Thẳng thắn, Trung thực, Tôn trọng". Đó là những khẩu hiệu cần tuân thủ trong mọi trường học hoặc văn phòng học khu, bạn có đồng ý như vậy không?

Tất nhiên, có thể mất thời gian và sự quan tâm để xây dựng lòng tin và sự an toàn cần thiết để chúng ta có thể thẳng thắn với nhau. Và có lẽ nhiều người thậm chí còn thấy khó khăn để trung thực với nhau. Tuy nhiên, tôn trọng là điều nên phải có ngay từ đầu. Trước khi thẳng thắn, hãy cân nhắc quan điểm của những người đang nói chuyện với bạn (xem chương "Tách biệt mối quan tâm ra khỏi lập trường", trang 24) và đảm bảo rằng bạn đã dành thời gian để đặt những câu hỏi sâu sắc ("Nghệ thuật đặt câu hỏi", trang 5) và lắng nghe tích cực. Về vấn đề này, có thể rất hữu ích nếu ôn lại kỹ năng về Thông điệp "Tôi" (trang 14).

Thực hành kỹ năng này

- Nghĩ về một tình huống khó khăn và lập danh sách các cách bạn có thể giải quyết bằng cách thẳng thắn, trung thực và tôn trọng hơn.
- Với những người đáng tin cậy, hãy thực hành thẳng thắn, trung thực và tôn trọng. Yêu cầu phản hồi. Họ cảm thấy thế nào với cách ứng xử đó? Bạn có quá cộc lốc không? Điều gì có thể được thực hiện khác đi không? Hãy nhớ áp dụng các kỹ thuật giao tiếp được giải thích trong cuốn sách này.

- Bạn có trao giải thưởng cho ADR hoặc việc giao tiếp tích cực không? Nếu không, hãy nghĩ đến việc thành lập một giải thưởng. Giải quyết xung đột là nhiệm vụ khó khăn và chúng ta cần có cơ hội để nêu bật những gì đang diễn ra tốt đẹp, cũng như thể hiện (và nhận được) sự đánh giá cao vì đã cải thiện các kỹ năng của mình. Tất cả chúng ta đều học hỏi lẫn nhau, và thật tuyệt vời khi được khen ngợi. Tất nhiên, phụ huynh và học sinh nên đủ xứng đáng để được vinh danh. Xem mẫu biểu đề cử ADR trong phụ lục 2 (trang 99).

Chào chú voi trong phòng (chuyện hệ trọng khó nói)

Khi có một tình huống hoặc chủ đề rõ ràng không thể bỏ qua nhưng không ai muốn nói về nó, tại sao chúng ta lại gọi nó là "chú voi trong phòng?" Có lẽ chúng ta nên đổi thuật ngữ thành "chiếc kem rưới sốt sô cô la trong phòng". Nếu chúng ta làm vậy, sẽ không ai tránh được nó (trừ những người ăn kiêng). Được rồi, đừng để bị phân tâm. Việc bị phân tâm và lạc đề là một cái bẫy khá dễ rơi vào, trong khi điều chúng ta cần làm là đi thẳng vào vấn đề!

Đúng vậy, một chú voi là một con vật thu hút sự chú ý rất lớn, đó là lý do tại sao chúng ta phải thừa nhận chú voi đó ngay từ đầu. Điều cần làm là đi thẳng tới nó và bắt tay – và có lẽ thực hiện bằng cách sử dụng các chiến lược mà chúng ta đã nói đến trong "Nghệ thuật đặt câu hỏi" (trang 5).

Hãy nghĩ đến một cuộc họp Chương trình giáo dục cá nhân hóa (IEP) khi người biện hộ bước vào phòng và sự căng thẳng ngay lập tức tăng lên. Hoặc nhân viên của học khu đến trong tình trạng hoảng loạn và rõ ràng là không được phép tham gia cuộc họp. Có lẽ vấn đề hệ trọng này là hiệu trưởng phải tham dự một cuộc họp khác nhưng không muốn thừa nhận sự hạn chế về thời gian.

Một lần nữa, chúng ta cần đưa ra các chiến lược đặt câu hỏi để xem làm thế nào chúng ta có thể quay lại đúng hướng. Nếu không làm điều này, cuộc họp có thể ngày càng trở nên căng thẳng hơn. Có lẽ chúng ta nên kéo người này ra ngoài và nói điều gì đó đại loại như, "Tôi có thể hỏi thăm bạn chút không. Tôi thấy bạn có thể có nhiều việc phải làm. Tôi có thể hỗ trợ bạn như thế nào?"

Gần đây, trong một cuộc họp trực tuyến, người biện hộ đã xuất hiện trên màn hình mà không mặc áo. Đây rõ ràng là một vấn đề hệ trọng. Tôi không có mặt tại cuộc họp này, nhưng đồng nghiệp của tôi, người điều phối đã tóm tắt lại cho tôi về vấn đề này. Tôi hỏi, "Có ai nói gì không?" Cô ấy nói, "Không, mọi người đã cố gắng hết sức để phớt lờ vấn đề đó". Tôi hiểu tại sao việc nêu vấn đề đó lại khó chịu như vậy.

Tôi không thể nói rằng có một cách đúng đắn để giải quyết vấn đề hệ trọng này, và tất cả chúng ta đều có phong thái khác nhau, nhưng với tư cách là điều phối viên, nếu có điều gì đó gây mất tập trung thì tôi cần phải giải quyết. Cần phải thực hiện một cách tử tế và tôn trọng. Tôi sẽ không bao giờ đối đầu với người biện hộ này trước nhóm họp. Nếu tôi ở đó, tôi có thể đã yêu cầu nghỉ giải lao một chút, và trong một phòng họp riêng, tôi sẽ nói rằng, "Tôi chỉ muốn cho anh biết rằng anh đang cởi trần trong khi máy ảnh của anh đang bật"

> Chỉ thừa nhận "con voi" (chuyện hệ trọng khó nói) với chính mình thôi là chưa đủ, vì nếu bạn nghĩ về nó, thì chắc chắn những người khác cũng vậy.

Gần đây, tôi đã hỗ trợ một gia đình và một trường học tại một cuộc họp IEP. Vấn đề hệ trọng nhất là sự bất đồng quan điểm mạnh mẽ về việc xem xét khuyết tật trí tuệ của học sinh là lý do hội đủ điều kiện nhận dịch vụ. Các bậc phụ huynh tin rằng đội ngũ của học khu đã định kiến về vấn đề này. Thay vì phớt lờ tranh cãi hoặc đợi đến sau cuộc họp mới nêu vấn đề, tôi đã khuyến khích phụ huynh nêu rõ mối quan tâm của họ ngay từ đầu.

Mọi người đều biết đây là điều gây tranh cãi, vì vậy việc nêu vấn đề này ngay từ đầu cuộc họp sẽ cho phép toàn bộ nhóm có thời gian nghỉ ngơi và thực hiện các quy trình pháp lý của IEP mà không phải lo lắng trong suốt cuộc họp. Nếu họ không thảo luận vấn đề này ngay từ đầu, "chú voi" sẽ ở trong phòng hàng giờ, có thể khiến tất cả các thành viên trong nhóm luôn trong tâm trạng căng thẳng và kích động.

Thậm chí còn tốt hơn nếu vấn đề được đặt ra trước cuộc họp, để các thành viên trong nhóm (cả phụ huynh và học khu) có thể truyền đạt mối quan tâm của họ và chuẩn bị cho việc xem xét tính đủ điều kiện. Vấn đề này thậm chí có thể được đưa vào thành một mục trong chương trình họp để thảo luận tại cuộc họp.

Có nhiều loại vấn đề hệ trọng. Trong bất kỳ tình huống nào trong số này, điều quan trọng là phải tạm dừng và xem xét lại. Chỉ thừa nhận với chính mình là chưa đủ, vì nếu bạn đang nghĩ về điều đó, thì những người khác cũng vậy. Đôi khi chúng ta phải thay mặt cả nhóm và nói to lên. Một diễn giả cởi trần có thể bị phớt lờ đi, nhưng khi chúng ta có điều gì đó quan trọng để thảo luận nhưng chúng ta lại không thể làm điều đó một cách hiệu quả, tất cả chỉ vì một sự phân tâm lớn hoặc giả vờ không chú ý tới một vấn đề nghiêm trọng? Không. Chúng ta phải nói về nó và – an toàn nhất có thể – đưa vấn đề hệ trọng đó ra khỏi phòng của chúng ta.

Thực hành kỹ năng này

- Lần tới khi bạn tham gia một cuộc họp, hãy chú ý đến những cảm giác khó chịu không xác định. Hãy tự hỏi bản thân, "Chuyện gì đang xảy ra? Có một vấn đề hệ trọng trong phòng họp không? Nếu có, tôi có cần báo cáo với nhóm không? Có ai cần phải nói ra không?"
- Sau cuộc họp, hãy tham vấn lại với một thành viên đáng tin cậy trong nhóm về vấn đề hệ trọng đó. Nếu không ai nói về nó, hãy quyết định xem có cần phải trao đổi tiếp theo không, vì vấn đề đó có thể đã làm những người tham gia bị bỏ lỡ mất những điểm quan trọng và theo những cách khác.
- So sánh những trải nghiệm "con voi trong phòng" mà bạn đã có – ngay cả khi chúng không liên quan gì đến tình huống giữa nhà trường và phụ huynh. Vấn đề hệ trọng trong câu chuyện của bạn là gì? Nó đã làm mất tập trung hoặc làm xấu đi tình

hình như thế nào? Bạn đã làm gì về điều đó? Bạn có thể làm tốt hơn điều gì? Các thành viên khác trong nhóm có ý kiến gì về cách họ có thể đã giải thoát được vấn đề hệ trọng đó không? Chia sẻ những câu chuyện có thể là một cách xây dựng nhóm thú vị và trong trường hợp này, cũng mang tới những bài học kinh nghiệm.

Học kỳ mới, thái độ mới

Trong giải quyết xung đột, việc tìm ra cách để bắt đầu lại thường rất hữu ích. Mọi người cần quên đi quá khứ để xây dựng lại lòng tin một lần và mãi về sau, sau khi những nỗ lực trước đó đã thất bại. Đối với những người trong chúng ta làm công việc này trong môi trường giáo dục, chúng ta may mắn có cơ hội làm mới thái độ và năng lượng của mình vào "Tháng 8" hoặc "Tháng 9", tùy thuộc vào học khu của bạn.

Năm học mới là dịp tuyệt vời để mọi người bắt đầu đúng hướng: phụ huynh, giáo viên và các quan chức của học khu. Đây luôn là thời điểm thú vị, tràn đầy tiềm năng. Đó là ngày khai trường khi đội được mọi người yêu thích nhất hòa nhau ở vị trí đầu tiên. Cơ hội hàng năm này giúp chúng ta có được giai đoạn hạnh phúc nhất, đầy sự lạc quan và thiện chí. Nói cách khác, đó là thời điểm chúng ta có triển vọng lớn nhất về sự đột phá, tiến bộ, thiết lập tiền lệ tích cực và cuối cùng là đạt được kết quả thành công.

Với rất nhiều hứa hẹn trong không khí mùa thu, một điều chúng ta không được làm là bỏ lỡ cơ hội. Nếu bạn bước vào học kỳ mới này mà vẫn mang theo hành trang của năm ngoái – sự ngờ vực, oán giận, v.v. – thì chắc chắn bạn đang tự tìm tới thất bại. Và điều đó có nghĩa là con bạn hoặc học sinh của bạn sẽ thất bại. Do đó, vì lợi ích của tất cả mọi người, hãy làm mọi cách có thể để gột rửa đi mọi sự bất mãn trong con người bạn.

Đây là thời điểm tuyệt vời để kêu gọi sự hỗ trợ của bạn, đặc biệt là những người bạn có thể cùng nhau thực hành các kỹ năng này: các đối tác như giáo viên, chuyên gia chương trình và nhóm hỗ trợ phụ huynh. Ngoài ra, hãy thoải mái ghé thăm (trực tuyến) để tham gia giờ làm việc trực tuyến thường xuyên tại Purchin Consulting dành cho tất cả mọi người (và cũng rất vui!), tại đây hỗ trợ mọi vấn đề giúp nâng cao khả năng học tập và an toàn của học sinh hoặc con bạn. Chúng ra sẽ dễ dàng đạt được mục tiêu hơn khi chúng ta hợp tác – và bắt đầu đúng cách.

Lời kết

Việc bắt đầu một học kỳ mới có thể mang đến những cơ hội để bạn cống hiến hết mình cho công việc quan trọng phía trước, nhưng *tinh thần* khởi đầu mới luôn đáng giá vào bất kỳ thời điểm nào trong năm. Hãy nhớ rằng bạn là một phần của một nhóm và tất cả các thành viên của nhóm đó đều tận tụy hỗ trợ trẻ em cần họ – trong suốt cả năm. Do đó, việc nuôi dưỡng các mối quan hệ tích cực và giao tiếp cởi mở giữa các nhân viên và phụ huynh luôn là điều cần thiết. Bạn luôn được hỗ trợ bởi giáo viên, hiệu trưởng, điều phối viên hoặc giám đốc giáo dục đặc biệt, các chuyên gia chương trình và nhân viên phụ trách liên lạc với phụ huynh trong học khu của bạn. Hãy tìm tới họ; bạn không đơn độc. Hãy cùng nhau tạo nên một năm học tuyệt vời!

Thực hành kỹ năng này

- Chào mừng nhau đến năm học mới. Cũng giống như chúng ta muốn học sinh có một khởi đầu mới, người lớn cũng cần một khởi đầu mới.
- Nếu bạn là giáo viên, hãy cho phụ huynh biết hình thức và phương thức liên lạc tốt nhất với bạn: gọi điện thoại, email, gặp trực tiếp, nhật ký giao tiếp, v.v. Nếu bạn là phụ huynh, hãy tôn trọng yêu cầu này, nhưng nếu phương pháp này thực sự không hiệu quả với bạn, hãy cùng nhau đưa ra một phương pháp hiệu quả.
- Phụ huynh, hãy tạo một "trang" về con bạn. Điều quan trọng nhất mà bạn muốn những người làm việc với con bạn biết là

gì? Sở thích của con bạn là gì? Điều gì khiến con hạnh phúc? Điều gì khiến con khổ sở? Cần có những điều chỉnh nào trong Chương trình giáo dục cá nhân hóa? (Đúng vậy, những người làm việc với con bạn nên có một bản IEP hoặc ít nhất là thông tin liên quan từ IEP.) Đầu mỗi học kỳ có thể rất bận rộn và căng thẳng, vì vậy việc cung cấp "một trang" này có thể thực sự hữu ích và do đó người được đón nhận sẽ rất biết ơn. Thêm vào đó, bạn sẽ cảm thấy mình đã hoàn thành trách nhiệm của mình.

- Bắt đầu học kỳ với sự lạc quan và tích cực. Thực tế, hãy tự nhủ: "Đây sẽ là một năm tuyệt vời, và nếu có điều gì đó xảy ra khiến tôi lo lắng, tôi tin rằng mình có thể giải quyết với phụ huynh, giáo viên, trường học hoặc học khu". (Tham khảo "Thiết lập Thỏa thuận Nhóm", trang 10.) Nếu bạn có một lịch họp nhóm vào đầu học kỳ, thì việc lập kế hoạch giao tiếp giữa các thành viên trong nhóm là một ý tưởng hay. Và đừng quên áp dụng điều này vào trong quá trình giao tiếp với các thành viên trong nhóm *giữa* các cuộc họp.
- Ngay cả khi không phải là đầu năm học, hãy tự tạo bất kỳ lý do gì để khởi đầu lại. Giống như việc thay đổi giờ đồng hồ vào mùa xuân, không có lý do chính đáng nào khiến chúng ta không thể hướng tới các ngày Lễ Tạ ơn, Ngày Martin Luther King, Ngày Groundhog hoặc bất kỳ lúc nào cần phải thiết lập lại thái độ mới. Hãy lập giao ước đó với chính bạn và nhóm của bạn.
- Đừng bận tâm đến những chuyện nhỏ nhặt: hãy nhìn vào mọi việc từ một quan điểm khách quan.

Kiềm chế sự tức giận

Khi tôi làm việc với tư cách là hòa giải viên của tiểu bang cho Văn phòng điều trần giáo dục đặc biệt của California, tôi thấy có hơn 2.300 hồ sơ chỉ trong một năm! Hầu hết là trường hợp phụ huynh kiện học khu vì bất đồng quan điểm với Chương trình giáo dục cá nhân (IEP) của con họ. Sở Giáo dục California đã gửi cho những phụ huynh này một bản khảo sát, hỏi lý do nộp đơn xin quy trình tố tụng hợp pháp. Lý do số một không phải là vì không đạt được kết quả mong muốn, chẳng hạn như địa điểm học mới hoặc có thêm dịch vụ.

Không; khiếu nại chính là: *Những người này không cảm thấy được lắng nghe.*

Hãy nghĩ về điều này: Khi bạn tức giận, liệu có phải lúc nào cũng xuất phát từ việc không đạt được điều gì cụ thể hay thường là vì bạn cảm thấy ý tưởng, khiếu nại hoặc yêu cầu của mình không được xem xét, thấu hiểu hoặc đánh giá cao? Khi xem xét những trải nghiệm và theo quan sát của riêng tôi trong mối quan hệ giữa nhà trường và phụ huynh, và khi suy ngẫm về kết quả của cuộc khảo sát đó, tôi nhận ra lời nói "Tôi không cảm thấy được lắng nghe" là một cách khác để nói rằng "Những mối quan tâm của tôi không được coi trọng đến mức để cho tôi tin rằng bạn thực sự muốn giúp đỡ. Và điều đó khiến tôi tức giận".

Trong một cuộc họp hoặc cuộc trò chuyện khi có người khác phát biểu, dù liên quan đến trường học hay bất kỳ nơi nào khác, có thể có những phản hồi – nói một cách lịch sự – mang tính thách thức. Có lẽ cảm xúc thậm chí còn mãnh liệt hơn vì chúng vẫn còn âm ỉ từ cuộc gặp gỡ trước đó với cùng một người phát biểu. Vâng, chúng ta không nhất thiết phải đầu hàng trước những thách thức. Đôi khi chúng ta có thể tìm cách vượt qua và đó là một kỹ năng đáng để trau dồi.

Lấy ví dụ về một cuộc họp phụ huynh – giáo viên có tính cách đối đầu với nhau hoặc – để thêm phần phức tạp – giả sử đó là một cuộc họp IEP, trong đó nhà tâm lý học của trường đang giải thích với phụ huynh về kết quả đánh giá chính thức về cậu con trai mắc chứng tự kỷ. Nhà tâm lý học càng nói, phụ huynh càng nghĩ rằng "Rõ ràng là người này không biết con trai tôi!" Máu phụ huynh sôi lên. Hàm răng nghiến chặt, và có lẽ cả bàn tay cũng nắm chặt lại.

ADR cung cấp một môi trường an toàn để bộc lộ cảm xúc.

Khi những cảm xúc cao trào như vậy xuất hiện trong một cuộc họp như thế – đặc biệt là nếu có nguy cơ bùng nổ những lời nói hoặc hành động nguy hiểm – đừng chỉ hít thở; hãy tạm ngừng cuộc họp!

Giận dữ là phản ứng thông thường khi nhận thấy sự bất công, sợ hãi, xấu hổ hoặc bị xúc phạm. Trong tất cả các cảm xúc của con người, tức giận là cảm xúc khó kiểm soát nhất. Với suy nghĩ đó, hãy xem xét phản ứng của bạn trước những từ như *la hét, sợ hãi, chạy trốn* và *đánh nhau*. Những điều đầu tiên xuất hiện trong đầu bạn là gì? Đối với tôi, câu trả lời tốt nhất cho câu hỏi đó chính là "cơ hội."

Tôi tin rằng miễn là chúng ta thiết lập các thỏa thuận nhóm (trang 10), các cá nhân sẽ có cơ hội thể hiện cảm xúc của họ, bao gồm cả sự tức giận. Một khái niệm cơ bản của Giải quyết tranh chấp thay thế (ADR) là tạo ra một môi trường an toàn để bộc lộ cảm xúc – từ đó chúng ta có thể hướng tới một kết quả hợp tác.

Hãy thấu hiểu và nhẹ nhàng với nhau. Rốt cuộc, đây có thể (ví dụ) là lần đầu tiên phụ huynh nghe nói rằng con mình có thể sẽ không tốt nghiệp trung học. Họ được phép có phản ứng thiên về cảm xúc, bao gồm cả quyền tức giận. Một giáo viên giáo dục đặc biệt muốn tạo cơ hội cho học sinh hòa nhập, nhưng đồng nghiệp là giáo viên giáo dục phổ thông lại nói rằng "những" học sinh đó sẽ làm gián đoạn việc học của học sinh "bình thường". Ôi!

Chúng ta có nhiều cách phản ứng với sự tức giận: chúng ta tự tức giận, cố gắng xoa dịu cơn tức giận hoặc bỏ đi. Cũng giống như nỗi sợ hãi, phản ứng phổ biến nhất đối với sự tức giận là chiến đấu hoặc bỏ chạy. Trong ADR, chúng ta tìm kiếm sự thỏa hiệp giữa những lựa chọn này.

Trong hầu hết mọi cuộc hòa giải mà tôi đã tiến hành, một bên tức giận hoặc khó chịu về điều gì đó. Chúng ta cần chuẩn bị cho điều này và cũng cần chuẩn bị sẵn sàng để biến xung đột thành cơ hội bất cứ khi nào có thể. Chúng ta nên giúp các bên lấy lại sự bình tĩnh.

Có thể xoa dịu cơn giận bằng một kỹ thuật đơn giản: trấn an mọi người rằng họ đang được lắng nghe! Cách đây không lâu, tôi nhận được một cuộc gọi từ một phụ huynh, khi tôi nghe máy, người này đã ngay lập tức nói với tôi bằng giọng tức giận, "Không ai lắng nghe tôi cả!" Tôi trả lời bằng giọng nhẹ nhàng, "Bây giờ có tôi đang lắng nghe bạn." Tôi tiếp tục nói rằng tôi hy vọng rằng, sau khi cô ấy kể xong câu chuyện của mình, cô ấy và tôi có thể đưa ra một kế hoạch tiếp theo và cách cô ấy có thể đưa ra một số giải pháp.

Vấn đề của cô ấy là làm thế nào con mình có thể nhận được những điều chỉnh về nhu cầu đặc biệt, nhưng nhìn qua thì cơn giận của cô ấy là cảm giác không được lắng nghe. Bằng cách xoa dịu điều đó, cô ấy có thể nhận ra nguồn gốc sâu xa của cơn giận dữ, giảm đi tâm trạng đối đầu và hợp tác thảo luận để tìm ra giải pháp công bằng cho con mình.

Khi đứng trước những giọng nói lớn tiếng và tức giận trong quá trình hòa giải, thật dễ quên những điều cơ bản. Vậy nên vấn đề ở đây là: hiếm khi mọi người được phép tức giận. Và bất kỳ ai trong chúng ta có thể cho phép điều đó xảy ra trong quá trình giải quyết xung đột (bao gồm cả *bạn*, bất kể bạn có vai trò gì trong đó, nếu không thì bạn đã không đọc cuốn sách này!). Để vượt qua cơn tức giận và giúp họ cảm thấy mình được lắng nghe, người nghe (có thể là bạn) có thể sử dụng các kỹ năng và kỹ thuật sáng tạo để giúp người đang trong trạng thái tức giận đó tiến về phía trước, và do đó biến thách thức thành cơ hội.

Thực hành kỹ năng này

- Nhắc lại những gì người kia nói khiến họ tức giận, để đảm bảo rằng bạn đang lắng nghe. Thường thì khi một người cảm thấy được lắng nghe, cơn tức giận sẽ giảm bớt.
- Đặt câu hỏi nhưng diễn đạt cẩn thận. Điều này có thể khiến người đang tức giận chậm lại và suy nghĩ về tình huống. (Xem "Nghệ thuật đặt câu hỏi", trang 5.)
- Xác nhận quyền được tức giận của họ. Nhận ra nguồn gốc của cơn tức giận và thừa nhận những cảm xúc đó có thể giúp họ cảm thấy bớt đối đầu hơn. (Hít thở sâu, chậm rãi cũng là một điều tốt. Và uống một cốc nước.)
- Nói nhỏ và chậm rãi.
- Nếu người kia có cách thức giao tiếp không phù hợp, hãy giơ tay lên để biểu thị "dừng lại".
- Trong lúc khủng hoảng: hãy đứng dậy.
- Tranh thủ thời gian để suy nghĩ thêm: đếm và hít thở.
- Chịu trách nhiệm về cơn tức giận của chính bạn và thừa nhận cảm xúc của bạn. Tuy nhiên, hãy biết rằng việc đổ lỗi làm giảm uy quyền của bạn.
- Thực hành sử dụng thông điệp "Tôi" (trang 14).

Vai trò của lời xin lỗi

Khi tôi lấy được bằng lái xe ở tuổi mười bảy, tôi nhớ bố tôi đã nói với tôi rằng, "Nếu con gặp tai nạn, đừng bao giờ nhận lỗi". Tôi phản ứng lại đại loại như, "Nhưng bố ơi, thế còn trong tình huống mà con biết mình sai thì sao? Hoặc nếu đó thực sự là một *tai nạn* – giống như con không cố ý gây ra bất kỳ tổn hại nào, nó chỉ xảy ra vì sự bất cẩn của con thì sao?" Bố tôi trả lời là: "Không, đừng nói gì cả."

Tôi nhận ra rằng một số ông bố khác và hầu hết các luật sư có thể không đồng ý, nhưng tôi tin rằng lời xin lỗi ít nhiều cũng có tầm quan trọng, và trong nhiều trường hợp, nó có thể tạo nên điều kỳ diệu. Như Lyn Johnson đã nói, "Lời xin lỗi là chất keo siêu dính của cuộc sống. Nó có thể sửa chữa mọi thứ". Nếu thực hiện đúng, lời xin lỗi có thể giúp hàn gắn các mối quan hệ và có thể thiết lập lại lòng tin và sự tôn trọng.

Có lẽ chúng ta có thể liên hệ đến hai ví dụ sau. Một chuyên gia hoạt động trị liệu đồng ý rằng ông sẽ gặp một đứa trẻ trong ba mươi phút mỗi tuần, nhưng một tháng trôi qua mà không có cuộc gặp nào như vậy. Các bậc phụ huynh biết được điều này từ học sinh, không phải từ chuyên gia hoạt động trị liệu, và họ tỏ vẻ khó chịu là điều dễ hiểu. Liệu chuyên gia có bỏ mặc con mình không, hay có thể ưu tiên dành thời gian với một học sinh khác hơn là con mình? Các bậc phụ huynh rất tức giận và nộp đơn khiếu nại chính thức.

So sánh với ví dụ này về một chuyên gia ngôn ngữ trị liệu đã phải nghỉ làm hai tuần và không có ai thay thế vị trí cô ấy. Khi trở lại làm việc, cô ấy đã ngay lập tức liên hệ với phụ huynh của từng khách hàng để đích thân xin lỗi. Nội dung đại loại như thế này: "Tôi xin lỗi vì đã nghỉ một số buổi với Chris. Tôi đã nghĩ rằng mình đã nghỉ hai buổi, mỗi buổi ba mươi phút. Vì vậy, tôi có thể bù đắp bằng cách dạy riêng cho Chris trong giờ giáo dục phổ thông, hoặc tôi có thể dạy bù sau giờ học. Tôi sẽ thực hiện theo quyết định của gia đình." Cô ấy không đưa ra lời bào chữa nào nhưng lại hành động nhanh chóng bằng cách đưa ra các biện pháp khắc phục cụ thể. Và học sinh đã được phục vụ!

Nếu thực hiện đúng, lời xin lỗi có thể giúp hàn gắn các mối quan hệ và có thể thiết lập lại lòng tin và sự tôn trọng.

Trong trường hợp đầu tiên, thật đáng tiếc khi chuyên gia hoạt động trị liệu không chủ động lên tiếng, tất nhiên là càng sớm càng tốt, và thú nhận rằng đã hiểu sai thỏa thuận hoặc đã sai khi để một vấn đề cá nhân, như một cuộc ly hôn sắp xảy ra, làm chuyên gia bị phân tâm. Bất kể trong bối cảnh nào – bằng cách thành thật thừa nhận lỗi lầm, bày tỏ sự hối hận và chịu trách nhiệm – chuyên gia có thể thấy phụ huynh tha thứ và thông cảm. Không chỉ mọi người tránh được việc kiện tụng mà mối quan hệ giữa gia đình và chuyên gia trị liệu thậm chí có thể được củng cố bằng cách thể hiện lòng nhân đạo và thiện chí. Và học sinh cũng được phục vụ!

Chắc chắn lời xin lỗi cũng hiệu quả đối với những lỗi lầm mang tính tự phát hơn, chẳng hạn như khi giáo viên, phụ huynh, chuyên gia hoặc bất kỳ ai khác hét lên, tấn công cá nhân, v.v. Hầu hết mọi người, ngay cả những người bị nhắm đến bởi những cơn tức giận như vậy, đều phản ứng tích cực với lời xin lỗi chân thành.

"Chân thành" ở đây có nghĩa là rõ ràng và chân thành. Đó là lời xin lỗi như, "Đây là điều tôi đã làm sai, tôi xin lỗi vì điều đó và đây là cách tôi sẽ sửa chữa". Giọng điệu đó có thể làm nguôi đi cơn giận dữ một cách hiệu quả, vì nó giúp người làm sai nhận ra được lẽ đúng, và có vẻ sẽ ít xúc phạm hoặc đe dọa hơn. Ảnh hưởng chung đối với mối quan hệ giữa gia đình và nhà trường là củng cố cảm giác "văn hóa an toàn" tích cực.

Ngay cả người cần xin lỗi cũng có thể thoát khỏi tình huống này với cảm giác nhẹ nhõm, ít tự trách móc bản thân hơn và cởi mở hơn trong tương lai. Những cảm xúc đó thường sẽ chiến thắng những lý do tương đối yếu ớt để *tránh* lời xin lỗi: lòng tự hào, danh tiếng, nỗi sợ bị trả thù, v.v.

Mặt khác, một lời xin lỗi không thiện chí chỉ khiến mọi chuyện tệ hơn. Bạn biết đấy – đó là lời xin lỗi hời hợt như, "Tôi xin lỗi vì bạn cảm thấy như vậy, nhưng...". Lời xin lỗi này thiếu sự đồng cảm, ích kỷ và nói một cách thẳng thắn là mang tính xúc phạm. Như Benjamin Franklin đã từng nói, "Đừng bao giờ làm hỏng lời xin lỗi bằng lý lẽ ngụy biện". Một lời xin lỗi tốt là cách gần như chắc chắn để giảm bớt căng thẳng và cải thiện lòng tin cũng như tinh thần đồng đội.

Thực hành kỹ năng này

Hãy nghĩ về một người mà bạn có thể nợ lời xin lỗi. Viết ra những gì bạn đã làm hoặc không làm được coi là một sai lầm. Sau đó, viết ra những gì bạn sẽ làm để sửa chữa sai lầm. Xin phản hồi từ một người bạn hoặc đồng nghiệp đáng tin cậy. Sau đó, nếu bạn cảm thấy thoải mái, hãy mạnh dạn thử thực hành ngay.

Giải quyết xung đột sớm... dành cho người lớn!

Bài viết này nói về hành động can thiệp sớm, một thuật ngữ mà chúng ta thường dùng cho học sinh, nhưng trước khi bạn đảo mắt và nói rằng "Tôi đã từng nghe điều đó trước đây", hãy tiếp tục đọc. Có một vài sự khác biệt ở đây. Việc nhấn mạnh vào sự can thiệp sớm là đã đủ quan trọng để nhắc lại. Về vấn đề đó, việc định kỳ xem lại bất kỳ ý tưởng quan trọng nào cũng là một "kỹ năng" đáng giá mà tôi đã áp dụng, dẫn chứng là một số chủ đề được cố ý lặp lại trong suốt cuốn sách này!

Dù sao thì chúng ta hãy đi đến điểm đầu tiên trong hai điểm. Mặc dù các chương trình và chiến lược can thiệp sớm đã được triển khai tốt cho học sinh của chúng ta, nhưng người lớn như chúng ta thì sao? Đã có hệ thống nào tại các trường học để các chuyên gia và phụ huynh có thể làm việc cùng nhau tốt hơn? Chắc chắn chúng ta đồng ý rằng khi người lớn thể hiện thông điệp nhất quán và "nói cùng một ngôn ngữ", thì học sinh sẽ nhận được điều gì đó rất tuyệt. Các ý tưởng, kỹ thuật và hành vi đang được làm gương cho các em. Và khi nói đến phương pháp giảng dạy, không có gì thực sự quan trọng và lâu dài hơn thế, phải không?

Khi có những cuộc trò chuyện đầy khó khăn – và chúng luôn

xảy ra – cách giải quyết thành công nhất là khi các chuyên gia và phụ huynh đã chuẩn bị sẵn sàng để xử lý sao cho ít sự nhầm lẫn và xung đột nhất. Những xáo trộn và phức tạp như vậy có thể gây ra tổn hại cho học sinh. Tôi thực sự khuyên rằng các trường nên dành thời gian vào đầu năm học để khuyến khích nhân viên – *và phụ huynh, bất cứ khi nào có thể* – thiết lập các chuẩn mực thực hành các kỹ thuật giao tiếp tích cực, hợp tác và đồng thuận.

Bạn biết không? Những phẩm chất và mục tiêu chính xác đó là một phần của các tiêu chuẩn trình độ tốt nghiệp do tiểu bang quy định (xem "Mô hình hóa Tiêu chuẩn cốt lõi chung", trang 44). Như họ nói, "Đó không chỉ là một điều tốt để làm; đó là luật!"

Hãy đến với điểm thứ hai. Trọng tâm trong nghề của tôi là làm việc với các nhóm tại các trường học để đáp ứng tiêu chuẩn tuân thủ chính đó thông qua việc điều chỉnh từng chút những gì tôi vẫn luôn làm: thúc đẩy giao tiếp hiệu quả và quan hệ đối tác tích cực. Điều sẽ thay đổi một chút là tập trung nhiều hơn vào việc đào tạo những nhà đào tạo để các giảng viên, nhân viên (*và tất nhiên cả phụ huynh*) có thể điều chỉnh tài liệu và dạy những kỹ năng này cho học sinh của họ.

Đầu năm học, khi chúng ta đã nghỉ ngơi (hy vọng là thế) và chưa có thời gian cho các cuộc xung đột, là cơ hội tốt để thiết lập các thỏa thuận về cách tương tác với nhau, đặc biệt là khi cần phải có một cuộc trò chuyện đầy khó khăn. Một ví dụ là khi hai giáo viên lớp bốn đang có xung đột. May mắn thay, trước ngày đầu tiên của năm học, các nhân viên đã trải qua một quá trình đặt ra các chuẩn mực và thỏa thuận về cách giao tiếp và hỗ trợ lẫn nhau.

Một trong những giáo viên được đề cập đã đến gặp một đồng nghiệp để thảo luận về vấn đề này (và buôn chuyện một chút), và người đó đã có thể nhắc cô ấy xem các thỏa thuận đã có sẵn – một trong số đó là họ sẽ luôn giao tiếp với người liên quan và không để những người không liên quan gì đến cuộc xung đột tham gia. Kết quả là, hai giáo viên đang xung đột với nhau đã tìm thấy một nơi và thời điểm thích hợp để nói về xung đột của họ mà không cần nhờ đến người khác. Trong năm trước – trước khi đưa ra các quy tắc giao tiếp cơ bản – toàn bộ trường học sẽ nhận ra điều đó; nhà trường sẽ cảm thấy khó chịu; và tinh thần tập thể sẽ bị ảnh hưởng.

Để rõ hơn, mặc dù đầu năm là thời điểm khởi đầu tốt, nhưng không bao giờ là thời điểm tồi tệ để thiết lập các thỏa thuận và chuẩn mực. Khi làm việc với những người đang có xung đột, tôi sẽ sử dụng mọi lý do để giúp họ tiến về phía trước. Làm việc với ai đó vào tháng 2, tôi có thể nói "Theo tinh thần của Ngày lễ tình nhân" hoặc vào tháng 1, "Theo tinh thần của ngày sinh nhật Martin Luther King" – bất kỳ động lực nào để mọi người có một khởi đầu mới.

Thực hành kỹ năng này

- Với nhóm của bạn: hãy tưởng tượng rằng đó là cuộc đánh giá hàng năm về nỗ lực của nhóm bạn (ví dụ như nhóm Chương trình Giáo dục Cá nhân hóa) và điều đầu tiên bạn phải làm là đánh giá trình độ hiện tại của mình. Trả lời các câu hỏi sau:
- Mọi người trong nhóm đang làm việc như thế nào? Điều gì đang thực sự hiệu quả? Bạn đang giao tiếp như thế nào? Các bạn đang hỗ trợ nhau như thế nào? Cần hỗ trợ những lĩnh vực nào?
- Sau khi hoàn thành các cấp độ hiện tại, hãy tưởng tượng rằng tất cả mọi người sẽ họp lại sau một năm. "Bây giờ" việc hỗ trợ lẫn nhau như thế nào rồi? Kế hoạch giao tiếp của bạn như thế nào? Vấn đề nào đã được cải thiện dựa trên đánh giá của năm ngoái?
- Bạn muốn làm gì? Bạn muốn giao tiếp như thế nào? Bạn muốn làm việc cùng nhau như thế nào? Bạn cần gì từ các đồng đội để đạt được mục tiêu của mình? Kế hoạch của bạn là một tài liệu làm việc và luôn muốn cập nhật và cải thiện – nghĩa là bạn không phải đợi một năm để có cuộc họp đánh giá IEP của mình.
- Lưu ý: Nếu mọi thứ hiện đang diễn ra tốt đẹp, thì thật tuyệt! Không cần phải *tạo ra* xung đột. Hãy chúc mừng nhau bằng những cái vỗ tay thật to.
- Đề nghị đồng đội của bạn đồng ý sử dụng công thức trong "Bạn đã sẵn sàng cho một cuộc trò chuyện khó khăn chưa?" (trang 86).

Nói bằng cử chỉ và nét mặt

Giao tiếp phi ngôn ngữ là khía cạnh mạnh mẽ của hầu hết các cuộc trò chuyện và chắc chắn là điều cần thiết để lắng nghe tích cực. Khi hiểu rõ – và thực hiện tốt – giao tiếp phi ngôn ngữ có thể là chìa khóa để có một cuộc họp tích cực. Tuy nhiên, giao tiếp phi ngôn ngữ không tốt có thể phá hỏng mọi thứ, dẫn đến hiệu quả thấp, mất lòng tin và, đối với những người trong giáo dục đặc biệt, thậm chí có thể là bị nộp đơn khiếu nại theo thủ tục tố tụng.

Bạn đã bao giờ tham gia một cuộc họp mà có người im lặng nhưng rõ ràng lắc đầu tỏ vẻ chán ghét chưa? Còn có những người nhắn tin hoặc xem email trong khi trình bày kết quả của một báo cáo quan trọng thì sao? Đây là những ví dụ về giao tiếp phi ngôn ngữ tiêu cực. Tương tự như vậy đối với việc khom lưng, làm mặt xấu, khoanh tay và tỏ vẻ bối rối hoặc không đồng tình. Trong các cuộc họp trực tuyến, nếu camera của ai đó tắt đi, người ta có thể cảm nhận tương tự như việc nhắn tin hoặc cảm thấy như thể người đó quay lưng lại với các thành viên trong nhóm.

Đối với tất cả các trường hợp như vậy, những biểu hiện này có thể không nghe được – và thậm chí là không cố ý – nhưng, như câu nói, "Hành động có ý nghĩa hơn lời nói", và chúng chắc chắn có thể gây khó chịu và nản lòng, nếu không muốn nói là gây tổn hại. Lưu ý rằng thông thường, điều quan trọng nhất rút ra từ một cuộc họp không phải là những gì đã nói mà là những gì đã cảm nhận, và lý do phổ biến của các khiếu nại và kiện tụng là cảm giác không được lắng nghe.

Vì vậy, trước tiên, hãy tự nhận thức để chắc chắn rằng bạn không phải là người có hành động tồi tệ. Hãy chú ý đến những phản ứng mà bạn nhận được từ người khác và tránh những cử chỉ và hành vi khó chịu có thể không cố ý nhưng vẫn gây ấn tượng xấu, chẳng hạn như hành vi phạm lỗi quá phổ biến là núp sau máy tính của bạn.

Trong khi đó, hãy luôn cố gắng nhận ra và nhấn mạnh giao tiếp phi ngôn ngữ *tích cực* để tất cả mọi người biết rằng họ *đang được* lắng nghe, đánh giá cao và được khuyến khích. Ví dụ có thể gật đầu, ghi chép nghiêm túc, giao tiếp bằng mắt và giữ tư thế tỉnh táo.

> Lý do phổ biến của các khiếu nại và kiện tụng là cảm giác không được lắng nghe.

Bạn có bao giờ tham dự các cuộc họp nhóm Chương trình Giáo dục Cá nhân hóa (IEP) với những người tham gia (đặc biệt là phụ huynh) đến để chia sẻ điều gì đó khó nói đối với họ, có lẽ là điều gì đó khiến họ dễ xúc động? Bạn đã sử dụng giao tiếp phi ngôn ngữ nào để cho họ biết bạn đang lắng nghe? Có thể chỉ đơn giản là nghiêng người về phía trước để thể hiện sự quan tâm của bạn, giao tiếp bằng mắt và nụ cười ấm áp để thể hiện sự đồng cảm của bạn.

Để sử dụng các kỹ thuật này, bạn không cần phải giống như một diễn viên chuyên nghiệp, giả vờ cảm thấy điều gì đó. Bạn cũng không cần phải giống như một bậc thầy chơi bài poker, có thể phát hiện ra "dấu hiệu" của người chơi khác. Chỉ cần cố gắng hết sức để quan sát, chân thành và duy trì ý định tốt. (Và tại sao bạn lại làm điều này nếu bạn không coi trọng những phẩm chất đó?)

Rốt cuộc, điều quan trọng là phải nhận thức được cả những tín hiệu bạn gửi đi, như việc có càng nhiều sự hỗ trợ và hòa nhập càng tốt, cũng như những tín hiệu bạn nhận được. Trong trường hợp sau – khi bạn là người sai trong giao tiếp phi ngôn ngữ – bạn có thể sử dụng các kỹ thuật để xoa dịu hoặc đảo ngược tình hình một cách an toàn trước khi bầu không khí của cuộc họp bị phá hủy.

Bắt đầu bằng cách thiết lập một môi trường đáng tin cậy, luôn tán dương các kỹ năng giao tiếp tích cực và coi trọng việc đặt ra câu hỏi hoặc mối quan tâm. Khi điều hành các cuộc họp, một trong những mục tiêu đầu tiên của tôi là hợp tác để thiết lập một số chuẩn mực và kỳ vọng về quy trình (xem "Thiết lập Thỏa thuận nhóm", trang 10). Bao gồm việc hỏi những người tham gia xem họ có nhu cầu thực tế hoặc quy trình nào cần tiết lộ không. Ví dụ, trong một cuộc họp trực tuyến, ai đó có thể nói, "Rất tiếc, nhưng tôi không thể bật camera vì tôi đang lái xe" hoặc quản trị viên tại một cuộc họp trực tiếp có thể nói, "Hôm nay tôi trực, vì vậy nếu có trường hợp khẩn cấp nào ở phía bên kia khuôn viên trường, tôi có thể phải xin phép rời đi một lát."

Bằng cách thông báo trước cho mọi người về những nhu cầu như vậy ngay từ đầu cuộc họp, nhóm sẽ hiểu và hỗ trợ nhiều hơn. Điều đó có thể chấp nhận được và hiệu quả hơn nhiều so với hành động ai đó tắt camera và đứng dậy rời khỏi phòng một cách khó chịu và thiếu tôn trọng.

Trong cuộc họp, nếu có điều gì đó gây mất tập trung hoặc chỉ cảm thấy không ổn hoặc không an toàn, người ta có thể hành động nhẹ nhàng và chuyên nghiệp, kể cả việc sử dụng ngôn ngữ cơ thể phù hợp, bằng cách đặt một câu hỏi thoải mái nhẹ nhàng.

Ví dụ:

- "Chris, tôi thấy anh đang nhắn tin. Anh có cần tạm dừng họp không?"
- "Alex, hôm nay anh không nói nhiều, nhưng qua cái lắc đầu của anh, có vẻ như chúng ta không đạt được thỏa thuận với nhau. Tại sao chúng ta không dừng lại và xem xét mối quan tâm của anh nhỉ?"
- "Terry, tôi biết có thể có một số nhầm lẫn qua cái nhìn ngờ vực đó. Tôi có thể làm rõ điều gì đó cho anh không?"
- "Tiến sĩ Jones, anh có biết mũi anh đang chảy máu không?"

Tóm lại: Hãy tự tin và có kỹ thuật trong tay để xem xét với người đó. (Cũng hãy xem lại các chương về "Nghệ thuật đặt câu hỏi", trang 5, và "Chú voi trong phòng", trang 50.)

Lưu ý liên quan: Hãy lắng nghe bằng mắt nữa! Giao tiếp tốt đòi hỏi phải lắng nghe tích cực, không chỉ là nghe lời nói. Nếu người nói nhận được phản hồi như, "Đó chính xác là ý tôi muốn nói", lời nói đó có thể *nói* đồng ý, nhưng nếu nó có *ý* mỉa mai thì sao? Lưu ý đến *giọng điệu* cũng như các biểu hiện rõ ràng khác, như thở hổn hển và thở dài. Và cũng nên chú ý đến những người đang im lặng trong cuộc trò chuyện.

Thực hành kỹ năng này

- Tìm một đồng nghiệp hoặc bạn bè đáng tin cậy và yêu cầu phản hồi về cách giao tiếp phi ngôn ngữ của bạn. Bắt đầu bằng những điều tích cực và yêu cầu lắng nghe những gì hiệu quả. Ngôn ngữ cơ thể của bạn có phù hợp với lời nói của bạn không?
- Nếu bạn thực sự can đảm, hãy xem lại bản thân trong một tình huống được ghi lại và đánh giá những gì bạn đã làm, một lần nữa bắt đầu bằng những điều tích cực. (Chúng ta nên luôn nhớ phải nhẹ nhàng với chính mình.)
- Để rèn luyện kỹ năng quan sát và các kỹ thuật hòa nhập, hãy lần lượt nhập vai vào tình huống bên dưới với một số đồng nghiệp tại nơi làm việc hoặc bạn bè ở nhà. (Lưu ý: Bài tập này có thể rất thú vị.)
    1. Chọn một Người để nói trong hai đến ba phút về bất kỳ chủ đề nào.
    2. Ba hoặc bốn Người nghe sẽ nhập vai để thể hiện một "thái độ" (buồn chán, nhiệt tình, tức giận, nghi ngờ, ấn tượng, mất tập trung, bối rối, v.v.) – không cần lời nói – để đáp lại bài phát biểu.
    3. Nếu và khi Người nói xác định được các thái độ đó, Người nói sẽ nhập vai và cho Người nghe đó biết về thái độ của họ một cách nhẹ nhàng và chuyên nghiệp.
- Cuộc thảo luận tóm tắt có thể nói về cách bài tập nhập vai đó minh họa những rủi ro của việc truyền đạt và tiếp nhận lời giao tiếp phi ngôn ngữ, cũng như đánh giá cách xử lý để nó không trở thành một chú voi trong phòng (xem trang 50).

Sức mạnh của việc thể hiện lòng biết ơn

Một giám đốc giáo dục đặc biệt đã gọi cho tôi hôm nọ, muốn tôi giúp đỡ trong một vụ việc, và tôi đã nói, “Hãy gọi cho tôi khi có điều gì đó tích cực”. Đây là lời nói đùa vì thực tế là khi bạn làm công việc hòa giải các tranh chấp liên quan đến các chương trình của trường, bạn sẽ không nhận được nhiều cuộc gọi từ các học khu hoặc phụ huynh khi họ hài lòng với những gì đang diễn ra. Các gia đình, giáo viên, quản trị viên, nhân viên học khu – **hầu như mọi người trong một cộng đồng trường học phức tạp và bận rộn – có rất ít thời gian để chững lại và thể hiện lòng biết ơn.**

Bất kể chúng ta đảm nhận vai trò, công việc đều rất khó khăn. Bất kể thời điểm nào trong năm, luôn có rất nhiều việc phải làm. Hiện tại, hãy tập trung vào vấn đề về trường học. Phục vụ học sinh, tiến hành đánh giá, viết báo cáo, đáp ứng các yêu cầu của học khu, tiểu bang và liên bang, và tất nhiên là giao tiếp với đồng nghiệp và phụ huynh hàng ngày: tất cả những điều này đều nằm trong nhiệm vụ mà bạn phải làm (và tôi chắc rằng tôi đã bỏ lỡ các điểm chính quan trọng khác trong danh sách các trách nhiệm mà bạn đảm nhận).

Trong suốt quá trình nỗ lực hoàn thành nhiệm vụ của mình, ai đã nói với bạn rằng, “Tôi thấy bạn làm việc với học sinh này và tôi rất ấn tượng khi thấy bạn có thể duy trì được sự chú tâm của cháu" hoặc "Cảm ơn bạn đã báo cáo; thật tuyệt khi bạn đưa ra những gợi ý cụ thể về cách thức làm việc tốt nhất với học sinh này". Những lời động viên tử tế không nhiều như đáng lẽ phải có, đó là lý do tại sao tôi tin rằng **các nhóm nên dành thời gian để thể hiện lòng biết ơn với nhau.**

Việc bày tỏ lòng biết ơn không nhất thiết phải liên quan đến Vấn đề lớn, bất kể đó là vấn đề gì đi chăng nữa. Bày tỏ lòng biết ơn để khen ngợi trí thông minh, sự hào phóng, tính sáng tạo, thể hiện sự thấu hiểu, lòng tốt, sự chính trực, đạo đức nghề nghiệp, kỹ năng thực hành, phẩm giá, khả năng lãnh đạo, sự trung thực, tính vui tươi, sự khôn ngoan, sự khéo léo của một người – hoặc bất kỳ phẩm chất tích cực nào khác mà người đó sở hữu.

Tôi biết rằng việc bày tỏ lòng biết ơn có thể khó khăn, và thậm chí còn khó khăn hơn người tiếp nhận nó. Tôi không phải là nhà tâm lý học nên tôi không hiểu rõ lý do tại sao, nhưng tôi thấy trong công việc của mình, mọi người có xu hướng khó cởi mở hơn khi tiếp nhận thông tin tích cực và lời nói tử tế hơn là chấp nhận phản hồi tiêu cực như chỉ trích, khiển trách hoặc thậm chí là lên án. Tôi muốn dành lời khen của mình cho Claude Steiner, người đã giới thiệu cho tôi về "nền kinh tế tích cực". Ông làm việc với các cá nhân và tổ chức ở Bắc California, tạo ra một nền văn hóa tích cực.

Điều quan trọng là chúng ta phải xây dựng một nền văn hóa **tập trung vào những gì đang xảy ra tốt đẹp thay vì những gì chúng ta đang làm sai.** Điều này thực sự hữu ích trong việc xây dựng một nhóm "Vâng, và..." (xem trang 78). Nếu chúng ta ở trong nhóm "Vâng, nhưng...", thì sẽ cảm thấy mệt mỏi hơn nhiều so với khi ở trong một nhóm "Có. và...". Khi tôi nhìn vào một số trường học và chính sách giữ chân nhân viên của họ, rõ ràng là các trường có chính sách bày tỏ lòng biết ơn và công nhận thành tích xuất sắc có ít sự thay đổi nhân sự hơn – và ổn định hơn xét về tổng thể – so với những trường tập trung chủ yếu vào những điều tiêu cực hoặc không bao giờ coi trọng khái niệm này.

Tôi cũng thấy có sự tương quan với mối quan hệ giữa phụ huynh và con cái về mặt lòng tin và sự hài lòng với kết quả học tập của con mình. Đây là một cách tương đối đơn giản và dễ dàng – nhưng lại có tác động lớn – để cung cấp **thứ mà tất cả chúng ta đều cần, đó là sự hỗ trợ lẫn nhau**. Hãy đối mặt với sự thật: nếu chúng ta không cho nhau lời khen ngợi, thì sẽ không có ai khác làm điều đó.

Bây giờ, hãy đưa ý tưởng này vào cuộc họp của đội ngũ Chương trình Giáo dục Cá nhân hóa (IEP). Tôi luôn đề xuất phụ huynh nên bắt đầu cuộc họp bằng ít nhất một lời cảm ơn chân thành dành cho một ai đó trong nhóm. Nếu chúng ta bắt đầu bằng sự tích cực đó, sẽ tạo nên bầu không khí tốt đẹp cho thời gian còn lại của cuộc họp. Nếu bạn đang đọc bài viết này với tư cách là phụ huynh, một phần của nhóm hỗ trợ, trung tâm gia đình hoặc hội đồng cố vấn cộng đồng (CAC), tôi khuyến khích bạn nên ở trong một nền văn hóa "Vâng, và..." và thể hiện sự cảm kích dành cho nhau.

Giống như các ví dụ về trường học ở trên, tôi đã tham dự nhiều cuộc họp CAC, tại đây thường tập trung vào việc phàn nàn về học khu thay vì nói điều gì đó tích cực hoặc cung cấp bất kỳ công cụ hữu ích nào, do đó tạo ra sự xa lánh đối với nhiều phụ huynh và thành viên cộng đồng có mặt để đơn giản tìm kiếm sự hỗ trợ.

Thực hành kỹ năng này

- Trước khi nói lời cảm ơn, hãy xin phép: "Chris, tôi có thể dành lời khen cho bạn không?"
- Dành thời gian vào đầu cuộc họp nhân viên hoặc phụ huynh để công nhận những thành công, gửi lời cảm ơn đặc biệt, chia sẻ tin tốt, v.v.
- Đặt câu hỏi chung chung như "Có ai nhận thấy trong tháng qua đồng nghiệp đã làm gì giúp tình hình trở nên tốt hơn không?" Đây có thể là cách bắt đầu để cảm ơn.
- Mỗi lời cảm ơn phải cụ thể và đơn giản: "Tiến sĩ Wilson, khi ông dành thời gian hôm qua để nghe tôi nói về những lo lắng của tôi về con gái mình, điều đó cho thấy ông thực sự quan tâm tới tôi", hoặc "Cảm ơn ông đã khiến tôi cười; ông làm cho tôi cảm thấy vui vẻ."
- Khi nhận được lời cảm ơn, hãy hít vào; tiếp nhận; cảm ơn. Cưỡng lại thói quen khen lại người mới khen mình. Điều đó làm mất giá trị của khoảnh khắc đó.
- Lưu ý rằng việc bày tỏ lòng biết ơn sẽ có có ý nghĩa hơn khi dành cho một người cụ thể thay vì một nhóm người.

Tìm kiếm các thỏa thuận nhỏ hơn và ăn mừng những điều đó

Chúng ta thường đến một cuộc họp với một danh sách rất nhiều vấn đề. Chúng ta muốn nó hiệu quả, có ý nghĩa và hoàn thành trong một khoảng thời gian hợp lý vì chúng ta biết rằng các chuyên gia và phụ huynh làm việc với chúng ta rất tận tâm nhưng cũng rất bận rộn do đảm nhiệm nhiều vai trò. Vì vậy, dù đã sẵn sàng hay chưa, chúng ta vẫn muốn có kết quả đầy đủ. Đó là "Thỏa thuận lớn hoặc sự thất bại!" Chúng ta đi vào khu vực cuối sân từ khoảng cách tám mươi thước. Chúng ta cố gắng ăn hết gà tây trong ngày lễ chỉ trong một lần. Kết quả: không hoàn thành và còn bị khó tiêu.

Sẽ cảm thấy hài lòng hơn – và có khả năng đạt được mục tiêu cao hơn – bằng cách biết kiểm soát và lấy những phần ăn ngon, vừa miệng. Điều đó tương tự như việc tìm kiếm, công nhận và tận dụng các thỏa thuận nhỏ hơn. Nó sẽ hiệu quả với hầu hết mọi cuộc họp, nhưng vì mục đích thực tế, chúng ta hãy tập trung vào cuộc họp nhóm Chương trình giáo dục cá nhân hóa (IEP) ở đây.

Nói về tham vọng: chính phủ liên bang đã yêu cầu một chương trình nghị sự toàn diện áp dụng cho các đội ngũ IEP. Thêm vào đó, như chúng ta đều biết, quá trình ra quyết định phải có sự đồng thuận. Để hoàn thành tất cả những điều này tốt nhất, nên có các các thỏa thuận nhỏ.

Ví dụ, khi bắt đầu cuộc họp, bạn có thể hỏi, "Mọi người ở đây đã sẵn sàng để thảo luận về Taylor chưa?" Khi họ gật đầu, các bạn đã có được sự thỏa thuận đầu tiên. Hãy tôn trọng điều đó! Có được sự hiện diện của mọi thành viên cũng đã là thành công xứng đáng được ít nhất một tràng pháo tay. Nếu cả nhóm đạt được sự đồng thuận rằng toán học là thế mạnh của Taylor, thì đó là một thành tích nữa. Hãy tôn trọng điều đó! Có lẽ là một căn phòng đầy những "ngón tay cái giơ lên" thể hiện sự đồng ý? Nếu mọi người đều đồng ý cần cải thiện thời gian làm bài tập của Taylor? Vâng: lại là một thỏa thuận khác và xứng đáng để cụng tay với nhau. Sau một vài cuộc họp như vậy nữa, có thể sẽ có một lượt vỗ tay high five ầm ĩ!

Nhưng đừng mong đợi điều đó ngay lập tức. Đôi khi cảm xúc bùng phát trong những cuộc họp này (có thể là một phụ huynh nhiệt tình) nhưng đừng để nó làm hỏng công việc. Thay vào đó, hãy tìm kiếm sự công nhận từ toàn bộ nhóm rằng phụ huynh rất quan tâm và muốn điều tốt nhất cho Taylor – giống như tất cả mọi người đều muốn như thế. *Hoan hô*: đó là sự đồng ý! Khi dường như chưa hoàn thành được nhiều việc và cần phải lên lịch lại, ngay cả quá trình dành ra mười phút để tìm ngày và giờ tiếp theo phù hợp cũng có thể được gọi là thỏa thuận. Hãy tôn trọng điều đó bằng cách bày tỏ mong muốn được gặp mọi người vào lúc đó.

Mối quan hệ giữa phụ huynh và nhà trường sẽ phát triển tốt đẹp hơn khi chúng ta nhấn mạnh vào những điều tốt đẹp.

Ví dụ khó hơn, giả sử Taylor hiện đang được hoạt động trị liệu hàng tuần, nhưng đánh giá đầy đủ của chuyên gia hoạt động trị liệu (OT) kết luận rằng nên ngừng dịch vụ đó. Tại cuộc họp IEP, các thành viên của học khu đồng ý với chuyên gia hoạt động trị liệu. Nhưng phụ huynh phản đối, mặc dù không đưa ra thông tin khách quan nào để hỗ trợ cho lập trường của mình – không giống như chuyên gia hoạt động trị liệu khi đã đọc chương "Sử dụng Tiêu chí Khách quan (Chính đáng)" (trang 28), bao gồm cả việc đề nghị một cuộc họp trước với phụ huynh để giải quyết các vấn đề của họ (gợi ý, gợi ý).

Trong mọi trường hợp, đừng bỏ cuộc! Bạn vẫn chưa sẵn sàng để nói "Chúng ta hãy nhờ sự trợ giúp của hòa giải viên" hoặc "Nộp đơn khiếu nại theo thủ tục tố tụng hợp pháp!" hoặc "Tôi sẽ thuê luật sư và chúng ta sẽ xem xét vấn đề này". Dưới đây là các ví dụ về việc áp dụng các thỏa thuận nhỏ trong tình huống này:

- Các chiến lược đặt câu hỏi, như đã thảo luận trong "Nghệ thuật đặt câu hỏi" (trang 5), giúp đội ngũ học khu biết được mối quan tâm của phụ huynh, biết được tầm quan trọng của việc "Tách biệt sở thích ra khỏi lập trường" (trang 24).
- Chủ tịch, chuyên gia hoạt động trị liệu và phụ huynh có cuộc họp không theo thông lệ để thảo luận thêm về các mối quan tâm.
- Đội ngũ ủy quyền cho một người mới thực hiện cuộc đánh giá hoạt động trị liệu thứ hai, và lên lịch cho cuộc họp IEP tiếp theo để thảo luận về cuộc đánh giá đó và các khuyến nghị.

Lưu ý rằng tôi đã tránh đưa ra kết luận về Thỏa thuận lớn. Trường hợp của Taylor dự tính cần các giải pháp dài hạn hoặc mang tính thỏa hiệp. Trước tiên là những điều quan trọng nhất – như tôn trọng các thỏa thuận nhỏ.

Thực hành kỹ năng này

- Vào cuối mỗi cuộc họp, hãy dành thời gian để nhóm lập một số danh sách. Đầu tiên, cho phép thảo luận về các thỏa thuận nhỏ hơn trong ngày hôm đó và sau đó lập danh sách các vấn đề bất đồng. Trong ví dụ trên, sẽ dễ dàng (nhưng không thỏa đáng) khi chỉ tập trung vào bất đồng quan điểm trong Hoạt động trị liệu mà không thừa nhận bất kỳ thỏa thuận nào, dù nhỏ đến đâu.
- Tập trung vào những điều tích cực. Hãy nhớ rằng, mối quan hệ giữa phụ huynh và nhà trường sẽ phát triển tốt đẹp hơn khi chúng ta nhấn mạnh vào những điều tốt đẹp. Nếu bạn thấy khó thực hiện, hãy xem lại "Sức mạnh của việc thể hiện lòng biết ơn" (trang 71) và thực hành một số mẹo nêu ra trong đó.

- Tôi bắt đầu chương này bằng một phép ẩn dụ về thể thao – nếu bạn biết tôi – thì phép ẩn dụ này khá ấn tượng, vì tôi không biết nhiều về thể thao. Tuy nhiên, tôi là một người hâm mộ lớn của các đội nhóm gắn kết vì đó là nơi họ có thể nói rằng, "Chúc mọi người có một trận đấu tuyệt vời!" hoặc "Hãy cố lên!" hoặc "Chúng ta có sức mạnh!" Điều đó khiến tôi nảy ra ý tưởng rằng các nhóm phụ huynh-nhà trường có thể bắt đầu cuộc họp với tinh thần đoàn kết – mọi người đồng ý nỗ lực không ngừng, biết rằng cần có một đội để thành công và chúng ta nên ăn mừng điều đó!

"Vâng, và..." hoặc "Vâng, nhưng..."

Diễn viên ứng biến thật tuyệt vời, và những cảnh ứng biến tuyệt vời, không chỉ là những cảnh hài hước, luôn đáng nhớ và hiệu quả. Diễn xuất tốt mà không cần kịch bản đòi hỏi cần có sự cởi mở, trí tưởng tượng, kỷ luật, phản ứng nhạy bén và được đào tạo bài bản. Nhưng cuộc sống hàng ngày không phải là kịch bản. Điều đó khiến tất cả chúng ta trở thành những người ứng biến, thể hiện tốt nhất có thể trong các nhiệm vụ hàng ngày, mối tương tác, cuộc họp, v.v. Vì vậy, chúng ta cũng có thể tốt hơn khi luôn rèn luyện và mài giũa các kỹ năng của mình. Đó là điều giúp cuốn sách này ra đời, đặc biệt là chương này, được truyền cảm hứng trực tiếp từ kỹ thuật ứng biến cốt lõi có tên là "Vâng, và..."

Để minh họa: Cảnh mở đầu tại Buổi họp phụ huynh, khi một bà mẹ đến gặp giáo viên và nói, "Cô giao cho con tôi quá nhiều bài tập về nhà!" Giáo viên trả lời, "Vâng, nhưng không quá nhiều bài tập về nhà đối với những học sinh khác của tôi". Bây giờ, giả sử cảnh đó được thay thế bằng cảnh giáo viên đến gặp phụ huynh và nói, "Cô có biết rằng con cô không bao giờ hoàn thành bài tập về nhà hàng ngày không?" và người mẹ trả lời, "Vâng, nhưng bài tập có vẻ không thú vị và có vẻ như là quá nhiều."

Trong cả hai trường hợp, bối cảnh của một cuộc xung đột chắc chắn sẽ đi đến một kết thúc không vui. Tại sao? Bởi vì cả hai câu trả lời đều bắt đầu bằng "*Vâng, nhưng...*" trong khi họ có thể bắt đầu bằng "*Vâng, và...*" như trong "Vâng, và tôi có thể thấy rằng nhiều bài tập về nhà có thể quá sức trong một số trường hợp. Con bà có thời gian và địa điểm thường xuyên để học không?" Tương tự như vậy từ phía phụ huynh: "Vâng, và tất nhiên bài tập về nhà rất quan trọng, vì vậy tôi tự hỏi liệu có cách nào để sắp xếp hợp lý các bài tập hay có thể luân phiên làm vào những ngày có khối lượng bài tập ít hơn không?"

Những câu trả lời "Vâng, và..." này tốt hơn vì chúng thể hiện sự tôn trọng hơn và tạo cơ hội cho cuộc trò chuyện, hợp tác và thỏa hiệp tiếp theo sau đó. Cả hai bên đều là những người biết lắng nghe, thừa nhận, đánh giá cao và chấp nhận quan điểm của nhau, lý tưởng nhất là gạt bỏ cái tôi và vấn đề chính sang một bên. Như vậy mới tạo ra mối quan hệ đối tác tốt đẹp, cùng cam kết hướng đến một mục tiêu lớn hơn, cụ thể là thúc đẩy nền giáo dục của trẻ em.

Giống như một nhân vật trong một vở kịch ngẫu hứng giới thiệu một nhân vật thứ hai bằng cách xưng hô với anh ta là "bệ hạ", nhưng diễn viên thứ hai đã có ý định trước là sẽ vào vai một người hầu vụng về chẳng hạn. Anh ta không sẵn sàng thừa nhận "thực tế" do bạn diễn của mình tạo ra. Anh ta không cởi mở – không chuẩn bị – để điều chỉnh tư duy của mình từ một người hầu vụng về thành bệ hạ. Giá như diễn viên thứ hai sẵn lòng chấp nhận hoàn cảnh do diễn viên thứ nhất đặt ra, anh ta có thể đã vui vẻ đối xử với nhân vật kia bằng sự kiêu ngạo của hoàng gia, hoặc cư xử như một vị vua vụng về. Thay vào đó, cảnh quay đã bị hỏng, tất cả chỉ vì anh ta đã phá vỡ quy tắc đầu tiên của vở kịch ngẫu hứng: Luôn cam kết thiên về "Vâng, và..."

> Những câu trả lời "Vâng, và..." này thể hiện sự tôn trọng hơn và tạo cơ hội cho cuộc trò chuyện, hợp tác và thỏa hiệp tiếp theo sau đó.

Điều này gợi nhớ đến một chương liên quan trong cuốn sách này, "Đừng tranh luận trong đầu" (trang 32), vì nó nói về sai lầm khi có những định kiến về một tình huống nhất định, khi luôn bảo thủ với quan điểm của riêng mình mà không lắng nghe người khác.

Nói "Vâng, nhưng..." sẽ phá vỡ sự hợp tác trong mối quan hệ giữa nhà trường và phụ huynh. Điều này đúng với mọi nhóm và mọi mối quan hệ. "Vâng, và..." sẽ dẫn tới sự phát triển sau đó và chúng ta hãy nói rõ: "Vâng, và..." không nhất thiết có nghĩa là "Tôi đồng ý". Ví dụ, tại cuộc họp Chương trình Giáo dục Cá nhân hóa (IEP), phụ huynh yêu cầu cho con mình một trợ lý riêng. Đại diện học khu có thể phản ứng ngay là "Vâng, nhưng đã có ba người lớn trong lớp học". Từ đó, phụ huynh có thể trong tâm thế phòng thủ và sẽ cản trở sự hợp tác.

Đại diện học khu có thể trả lời bằng câu "Vâng, xin nói rõ thêm cho tôi hiểu" hoặc "Vâng, và điều đó sẽ như thế nào?" hoặc "Vâng, và liệu có điều gì khiến bạn đưa ra yêu cầu này?" Những câu hỏi mở đó sẽ mang lại một cuộc trò chuyện sâu sắc hơn. Trên thực tế, "Nghệ thuật đặt câu hỏi" (trang 5) và "Tách biệt mối quan tâm ra khỏi lập trường" (trang 24) cũng là những phần phải đọc để có thêm hiểu biết sâu sắc và kỹ năng xử lý những tình huống này.

Sự thật là, tôi nhận được rất nhiều sự phản đối về khái niệm "Vâng, và...", bởi vì chúng ta sợ rằng đang truyền đạt sự đồng thuận nhiều hơn chúng ta dự định. Kinh nghiệm lâu năm của tôi đã chỉ ra điều ngược lại, vì nó đã chứng minh là một công cụ hiệu quả đối với nhiều nhóm. Nếu bạn lo lắng khi nói "Vâng, và..." hãy nhớ rằng về cơ bản đó là thuật ngữ chuyên ngành – một loại thuật ngữ chuyên ngành rất hữu ích mà chúng ta muốn sử dụng trong nhóm của mình. Vì vậy, bạn có thể thay thế "Vâng, và..." bằng các cụm từ khác cũng thể hiện sự lắng nghe tích cực và cởi mở. Ví dụ: "Tôi đánh giá cao những gì bạn đã nói vì..."

Thực hành kỹ năng này

Chúng ta có khả năng lùi lại và quyết định kiểu nhóm mà mình muốn. Các bài tập dưới đây là một cách để thực hành kỹ năng này trong một nhóm. Khi bạn ngồi lại để xây dựng các quy tắc cơ bản về cách làm việc cùng nhau và hỗ trợ lẫn nhau, hãy khảo sát những người tham gia về việc bạn thuộc nhóm "Vâng, và..." hay nhóm "Vâng, nhưng...". Nếu bạn đồng ý rằng bạn muốn trở thành nhóm "Vâng, và...", hãy đưa ra các ví dụ cụ thể về việc định hình nhóm đó sẽ như thế nào – và viết chúng vào thỏa thuận nhóm của bạn (trang 10).

- Tiến hành nhập vai ba phần dưới đây:
  1. "Vâng, nhưng..."
     Chọn một người (có thể là người có mái tóc ngắn nhất) để đảm nhận vai trò là người lập kế hoạch cho kỳ nghỉ của tất cả các thành viên trong nhóm. Những người khác đóng vai bạn bè hoặc đồng nghiệp thường "luôn phát hiện ra vấn đề". Họ sẽ bắt đầu mỗi câu bằng cách nói "Vâng, nhưng..." Đối với bài tập thực hành này, cố gắng đừng đưa ra câu hỏi.
  2. "Vâng, và..."
     Ai có mái tóc dài nhất trong nhóm sẽ lên kế hoạch cho kỳ nghỉ của nhóm. Lần này, bạn bè hoặc đồng nghiệp của bạn sẽ thể hiện sự đánh giá cao và thậm chí có thể đưa ra các gợi ý. Họ sẽ bắt đầu mỗi câu bằng cách nói "Vâng, và..." Đối với bài tập thực hành này, cố gắng đừng đưa ra câu hỏi.
  3. Khi nhóm đã có khoảng năm phút để thực hành mỗi tình huống, thì đã đến lúc tóm tắt lại. Bắt đầu với nhóm đã phản đối và phản biện người nói (nhóm "Vâng, nhưng..."); sau đó chuyển sang những người sử dụng các kỹ năng lắng nghe tích cực để thể hiện sự lắng nghe và công nhận những gì mà người lập kế hoạch nêu ra (nhóm "Vâng, và..."). So sánh những gì đã xảy ra và cảm giác của mỗi người. Sau đó, hãy mở rộng cuộc thảo luận để chia sẻ kinh nghiệm của mọi người trong các tình huống cụ thể đó.
- "Vâng, và..." cũng hiệu quả trong các mối quan hệ cá nhân. Hãy thử điều này ở nhà!

Phát hiện kẻ bắt nạt; Ngăn chặn kẻ bắt nạt

Gần đây, một nhóm hỗ trợ phụ huynh đã yêu cầu tôi điều hành một hội thảo có tên "Bắt nạt: Đó là gì? Hãy cùng nhau tìm ra giải pháp". Tôi đã cố gắng né tránh, nói rằng tôi không có chuyên môn trong lĩnh vực này, rằng một nhà tâm lý học hoặc cố vấn học đường sẽ có năng lực hơn. Nhưng họ khăng khăng rằng tôi là "người phù hợp với công việc", vì vậy tôi đã bắt đầu lập một chương trình.

Câu chuyện thực sự là tôi không muốn tổ chức một hội thảo về bắt nạt vì nó có ảnh hưởng quá sâu sắc đến một cá nhân. Ký ức thời thơ ấu về việc bị bắt nạt không bao giờ biến mất; chúng chỉ bị che giấu đi. Bây giờ chúng lại xuất hiện, đang đến với tôi một lần nữa. Tôi không khỏi tự hỏi tại sao mình lại được chọn để dẫn dắt hội thảo này. Tôi phải chịu đựng những vết thương cũ sao? Liệu nó có giúp tôi nhận được trị liệu miễn phí không?

Sau đó, tôi nghĩ, "Khoan đã; đây không phải là về tôi". Tôi tập trung lại vào công việc mà tôi đã yêu thích trong nhiều năm và về việc tôi may mắn như thế nào khi có thể kêu gọi các bậc phụ huynh, nhân viên nhà trường và các chuyên gia bên ngoài ngồi lại với nhau, tất cả đều nỗ lực hết sức để bảo vệ con cái hoặc học sinh của họ.

Tôi chợt nhận ra một điều khác. Kẻ bắt nạt có thể ở gần hơn

chúng ta nghĩ – có thể là một thành viên trong nhóm; thậm chí có thể là bạn! Suy cho cùng, khi chúng ta bị cuốn vào việc ủng hộ một mục đích có tầm quan trọng đặc biệt đối với mình, tất cả các kỹ năng hòa giải và thói quen giao tiếp tích cực mà chúng ta đã học trước đó có thể bị bỏ qua. Đỉnh điểm là việc ủng hộ trở thành sự cạnh tranh. Chúng ta muốn chiến thắng đến mức chúng ta vẫn có những biểu hiện của sự bắt nạt mặc dù đã trưởng thành. Nếu bạn từng như vậy – và tôi nói với bạn từ kinh nghiệm cá nhân của một người đã từng tham gia Chương trình Giáo dục Cá nhân hóa (IEP) khi còn nhỏ – hãy dừng lại!

Chúng tôi, những học sinh, đang dõi theo bạn. Chúng tôi học hỏi từ bạn. Bạn là hình mẫu mà chúng tôi noi gương. Chúng tôi muốn và cần bạn ủng hộ chúng tôi, nhưng mặc dù chúng tôi có tình trạng khuyết tật, chúng tôi đủ thông minh và trực giác biết khi nào bạn đi quá xa. Chúng tôi biết khi nào mọi chuyện không còn liên quan đến chúng tôi nữa mà liên quan đến cuộc chiến khác đó là: cuộc chiến của bạn. Sau đó, chúng tôi có thể học theo những hành vi mà bạn đang làm gương hoặc – tệ hơn nữa – chúng tôi có thể cảm thấy xấu hổ hoặc lo lắng về chúng, sau đó che giấu nỗi đau đó bằng cách kìm nén cảm xúc và hành vi của mình. Suy cho cùng, chúng tôi là những đứa trẻ khuyết tật, và chúng tôi không muốn làm bạn tức giận vì sợ bạn sẽ ngừng bảo vệ chúng tôi.

> Chúng ta muốn chiến thắng đến mức chúng ta vẫn có những biểu hiện của sự bắt nạt mặc dù đã trưởng thành.

Vì vậy, trong những trường hợp bạn cảm thấy không được lắng nghe hoặc công sức của bạn không được công nhận, hãy luôn hành động như người lớn. Hãy nhận thức được những căng thẳng đang tăng lên, đặc biệt là trong chính bạn, vì điều đó có thể làm tăng sự căng thẳng – thậm chí là sự tuyệt vọng – trong cách giao tiếp, bao gồm cả việc chuyển sang các biểu hiện của hành vi bắt nạt. (Một số người có thể gọi đó là quấy rối.)

Chúng ta đều biết chủ đề bắt nạt đã thu hút sự chú ý của giới truyền thông gần đây và điều đó đã thúc đẩy các biện pháp tích cực như trường học và học khu tạo dựng chương trình giảng dạy, lực lượng đặc biệt và các chính sách kỷ luật nghiêm khắc hơn. Vậy tại sao tôi lại viết về điều này ở đây? Đó là vì học sinh khuyết tật là những người dễ bị bắt nạt nhất và cũng ít có khả năng tự bảo vệ mình hơn. Các em dựa vào bạn – phụ huynh, giáo viên, chuyên gia và quản trị viên – để đảm bảo an toàn và khỏe mạnh. Điều cuối cùng các em cần là đặt niềm tin vào bạn chỉ để thấy bạn la hét, sử dụng ngôn ngữ tục tĩu và hạ thấp nhau, được cho là thay mặt cho các em!

Chúng ta biết rằng học sinh sẽ nhìn vào hành vi của chúng ta và làm theo hành vi đó. Rõ ràng là, sẽ tốt hơn nhiều nếu các em thấy chúng ta giải quyết bất đồng bằng cách ngồi lại để nói chuyện, lắng nghe và suy nghĩ ra phương án giải quyết hợp lý.

Vậy làm thế nào để chúng ta phát hiện ra kẻ bắt nạt trong cuộc họp IEP? Vâng, trước tiên, chúng ta phải quay lại các nguyên tắc trong chương "Thiết lập Thỏa thuận Nhóm" (trang 10). Đó là về sự cần thiết của việc thiết lập các thỏa thuận họp – các quy tắc cơ bản – để tiến hành các cuộc họp nhóm, cũng như thiết lập các tương tác của chúng ta với các thành viên trong nhóm *giữa* cuộc họp. Tôi không nói quá về tầm quan trọng của việc có các thỏa thuận nhóm. Nếu không có các thỏa thuận đó, chúng ta sẽ không có biện pháp dự phòng đã thống nhất hoặc bắt đầu lại nếu ai đó trong cuộc họp bắt đầu phàn nàn, chẳng hạn như bắt nạt những người khác trong phòng.

Một tình huống như vậy sẽ được giải quyết dễ dàng hơn nhiều nếu có giải pháp đơn giản như viện dẫn các quy tắc cơ bản mà *tất cả* những người tham gia đã đồng ý trước đó. Nếu thỏa thuận đó chưa bao giờ được thiết lập hoặc đang bị bỏ qua tại thời điểm này, hãy thử các biện pháp khác, tùy thuộc vào hoàn cảnh và cảm nhận của bạn, chẳng hạn như, không theo thứ tự cụ thể:

- Kết thúc cuộc họp. Không ai được phép bị lăng mạ.
- Nghỉ giải lao để có thể nói chuyện riêng với ai đó về thái độ của họ thay vì phê bình họ trước mặt mọi người. Điều cuối cùng chúng ta muốn làm là trở thành kẻ bắt nạt, vì vậy hãy khéo léo để kéo người đó sang một bên và hỏi, "Chuyện gì xảy ra với bạn khi có hành vi này?"
- Khi nghi ngờ, hãy đồng cảm. Cách để tôi làm việc tốt với những người hay gây khó khăn là tưởng tượng xem tôi sẽ cảm thấy như thế nào nếu tôi ở trong hoàn cảnh của họ. Tôi sẽ tạo ra một câu

chuyện (thậm chí có thể là sự thật) về tất cả những điều khủng khiếp mà người này phải trải qua, khi còn nhỏ hoặc thậm chí là vừa mới đêm qua. Đừng hiểu sai ý tôi; Tôi biết rằng làm điều này có thể khó khăn như việc:

- Đừng coi mọi chuyện mang tính quá cá nhân. Ví dụ: "Đây là con tôi mà chúng ta đang nói đến!" và "Việc làm của tôi đang gặp rủi ro đây!" Giống như mọi kỹ năng khác trong cuốn sách này, việc luyện tập sẽ giúp ích rất nhiều. Tôi có thể vui vẻ nói rằng vấn đề này trở thành tốt hơn theo độ tuổi và nhiều năm kinh nghiệm.

Thực hành kỹ năng này

- Khi trong một cuộc họp đầy khó khăn với người gây ra khó khăn đó, hãy thực hành các chiến lược được nêu ở trên. Sau cuộc họp, hãy tóm tắt lại với một người mà bạn tin tưởng, có thể là một người đã tham gia cuộc họp đó. Hoặc nói về việc đó trong buổi làm việc trực tuyến của chúng tôi!
- Xem lại các chương khác. Bạn càng khéo léo với hành trang mà mình chuẩn bị, bạn sẽ ít khi đứng trước nguy cơ có hành vi không phù hợp.
- Hãy tưởng tượng bạn là đứa trẻ hoặc học sinh mà bạn đang bảo vệ, sau đó tự hỏi bản thân xem bạn có làm cho người đó tự hào không, hay cảm xúc của bạn đang lấn át bạn.
- Tham vấn lại với con hoặc học sinh của bạn, hoặc ít nhất là một người mà bạn tin tưởng luôn có phản hồi trung thực và khách quan, để họ đánh giá xem bạn có giữ được sự điềm tĩnh chuyên nghiệp của mình hay không.

Bạn đã sẵn sàng cho một cuộc trò chuyện đầy khó khăn chưa?

Nếu bạn nắm rõ các chủ đề và kỹ thuật được đưa ra trong cuốn sách này, thì bạn đã sẵn sàng để tham gia hiệu quả vào các cuộc trò chuyện đầy khó khăn như được mô tả trong từng chương. Có thể bạn là một nhà giáo dục chuyên nghiệp lâu năm, chẳng hạn như hiệu trưởng trường học, quản trị viên học khu, cố vấn, giáo viên hoặc nhà cung cấp dịch vụ. Có thể bạn là một phụ huynh trẻ có ít hoặc không có kinh nghiệm trong cách thức tương tác với nhân viên nhà trường. Dù xuất thân như thế nào, bạn cũng có vai trò quan trọng như những người khác trong cuộc trò chuyện và tốt nhất là bạn nên chuẩn bị sẵn sàng – vì lợi ích của đứa trẻ hoặc học sinh mà *tất cả* mọi người ở đó đều hướng tới.

Cuộc trò chuyện có thể là cuộc họp của đội ngũ Chương trình giáo dục cá nhân hóa (IEP) có sự tham gia của một vài người. Có thể là cuộc hẹn với hiệu trưởng hoặc cuộc họp riêng giữa một phụ huynh và một giáo viên. Có thể là cuộc thảo luận về chương trình hoặc chính sách trong cuộc họp PTA đông đúc hoặc bài thuyết trình đề xuất ý tưởng tại cuộc họp nhân viên. Dù là tình huống nào đi nữa, điều quan trọng là phải chuẩn bị sẵn sàng cho một cuộc trò chuyện đầy khó khăn!

Khó khăn là một trong những từ đa dụng – trong ngữ cảnh ở đây – có thể bao hàm nhiều từ khác, chẳng hạn như *gay go, gây tranh cãi, nghiêm trọng, căng thẳng, nguy hiểm* hoặc *khó xử*. Đây cũng là một từ khiến một số người lo lắng. Vì vậy, nếu nó khiến bạn lo lắng, thì hãy thay thế nó bằng một từ khác. Nghĩ lại thì, công thức từng bước dưới đây có thể áp dụng cho *mọi* cuộc trò chuyện tốt đẹp và hiệu quả. Nó không phải do tôi tạo ra và thành thật mà nói, tôi không thể truy xuất được nguồn gốc của nó. (Tôi xin cảm ơn người đó!)

Trong mọi trường hợp, giả sử rằng bạn đã nghiên cứu kỹ cuốn sách này và bạn cảm thấy sẵn sàng để hành động với bộ kỹ năng và quan điểm sâu sắc của mình. Vì vậy, hãy hành động ngay bây giờ; có một cuộc trò chuyện sắp tới mà bạn cần phải có...

Hướng dẫn từng bước để xử lý một cuộc trò chuyện khó khăn

Bước 1. Cam kết giải quyết vấn đề.

- Tìm thời gian và địa điểm thích hợp để nói chuyện.
- Đồng ý *nỗ lực hết sức* để giải quyết vấn đề.
- Thiết lập các quy tắc cơ bản (xem "Thiết lập Thỏa thuận nhóm", trang 10).

Khi chọn địa điểm để nói chuyện, tốt nhất là chọn một địa điểm trung lập để không mang lại lợi thế cho bất kỳ ai nhưng vẫn tạo cảm giác thoải mái và dễ chịu. Có thể là một quán cà phê hoặc công viên địa phương. Đúng là những nơi này có thể gây mất tập trung, nhưng chúng có thể đảm bảo bí mật hơn nơi làm việc, đặc biệt là nếu cuộc trò chuyện hoặc cuộc họp là giữa những đồng nghiệp đang giải quyết xung đột công việc.

Bước 2. Xác định vấn đề.

- Mỗi người nói về những gì đã xảy ra và nêu lên cảm xúc của họ.
- Áp dụng phương pháp lắng nghe tích cực (trang 1) và thông điệp "Tôi" (trang 14).

- Tập trung vào nhu cầu và mối quan tâm (trang 24).

  Tôi thấy một điều hữu ích là mọi người nên có giấy và bút để thay vì ngắt lời người nói, thì họ có thể ghi chép lại suy nghĩ của mình để không quên chúng đi khi đến lượt mình nói.

Bước 3. Động não để tìm giải pháp.

- Đề xuất nhiều cách để giải quyết vấn đề.
- Không phán xét các đề xuất.

  Khi động não, mọi người cần cảm thấy thoải mái khi đưa ra ý tưởng. Vì vậy, điều quan trọng là không được phán xét các đề xuất của những người khác. Nếu những người trong cuộc họp/trò chuyện vẫn chưa cảm thấy thoải mái, thì bước động não này có thể được thực hiện quá sớm và cần thêm thời gian cho các bước 1 và 2.

Bước 4. Chọn một giải pháp và lập kế hoạch hành động.

- Xem xét tất cả các phương án; xem xét các kết quả có thể xảy ra.
- Chọn một giải pháp mà *mọi người* đều đồng ý.
- Quyết định các chi tiết cụ thể (Ai? Cái gì? Ở đâu? Khi nào? Như thế nào?)

  Có một điểm cuối cùng cực kỳ quan trọng nhưng đôi khi bị bỏ qua. Khi chúng ta đến bước 4, chúng ta cần phải liệt kê chi tiết cụ thể nhất có thể. Ví dụ: Bộ phận khoa học tại một trường trung học cơ sở đồng ý đối xử với mọi người một cách tôn trọng. Điều quan trọng là phải hỏi, Điều này sẽ như thế nào? Chúng ta sẽ giao tiếp với nhau như thế nào? Nhóm này cũng đồng ý họp thường xuyên trong suốt cả năm để đảm bảo mọi người đều có chung quan điểm. Điều quan trọng là phải xác định: Nhóm sẽ họp bao lâu một lần? Các cuộc họp sẽ diễn ra khi nào? Các cuộc họp kéo dài bao lâu? Và các chi tiết khác.

  Tôi khuyên bạn nên ghi chép lại tất cả các thỏa thuận đã đạt được trong cuộc họp và yêu cầu tất cả những người tham gia ký vào. Mỗi người tham gia nên có một bản thỏa thuận đó để lưu trữ. Tài liệu này có thể chính thức hoặc không chính thức tùy theo ý muốn của những người tham gia, mặc dù tôi luôn đề xuất rằng hãy làm một cách đơn giản và dễ đọc nhất có thể.

Thực hành kỹ năng này

Một cuộc trò chuyện khó khăn đòi hỏi việc luyện tập, luyện tập, luyện tập – chẳng hạn như tập một kịch bản. Lần đầu tiên, hãy chọn một người mà bạn tin tưởng và nói về một vấn đề nhỏ. Có thể là đánh giá một chuyến đi trước đây của bạn và người này, rồi lập kế hoạch cho chuyến đi tiếp theo. Hoặc có thể là về bất cứ điều gì. Hãy thoải mái sử dụng tôi làm cái cớ để thực hành công thức này với một đồng nghiệp hoặc vợ/chồng. Bạn có thể nói, "Tôi đang đọc cuốn sách giao tiếp này và tác giả đang yêu cầu chúng ta thực hành sử dụng kỹ năng này. Bạn có sẵn lòng giúp tôi không?"

Khi mọi thứ không như ý muốn, đừng tuyệt vọng, hãy sửa chữa

Khi bạn có một cuộc họp không suôn sẻ, bạn có thể cảm thấy đó như một vụ va chạm nhỏ hoặc một vụ tai nạn nghiêm trọng. Dù là trường hợp nào đi nữa, thì bạn sẽ làm gì? Bạn có thể phớt lờ và chấp nhận thiệt hại, hoặc bạn có thể sửa chữa – và hy vọng sẽ học được bài học từ sự việc đó. Trong môi trường học đường, chẳng hạn như cuộc họp của đội ngũ Chương trình giáo dục cá nhân hóa (IEP), cần thiết phải có hành động sửa chữa vì bên bị tổn thương nhiều nhất có thể là học sinh, vì ngay từ đầu mục đích của cuộc họp là vì lợi ích của học sinh.

Tất cả những người tham gia cuộc họp của trường (phụ huynh, nhân viên, *mọi người*) nên nhớ rằng mục tiêu chung của họ là mang lại kết quả tích cực của học sinh. Khi tập trung vào mục tiêu thực tế đó, mọi người sẽ có khả năng hợp tác cao hơn thay vì xung đột với nhau; nhận ra rằng **chúng ta không ở các "phe" đối lập mà thay vào đó, tất cả chúng ta đều cùng nhau làm việc này** và đều cảm thấy tốt đẹp khi thiết lập một bầu không khí đầy thiện chí. Bên cạnh đó, không ai muốn bị vướng mắc vào nghi thức vô cảm và nguy cơ của quy trình tố tụng pháp lý.

Điều này không có nghĩa là mọi vấn đề đều có thể được giải quyết dễ dàng. Sự hợp tác đòi hỏi nỗ lực, và chúng ta đều là con người. Khi tai nạn xảy ra, thì sẽ có những sai lầm và hiểu lầm. Cảm xúc và thành kiến nảy sinh. Tuy nhiên, không bao giờ là xấu để nhắc nhở nhau về điểm ưu tiên chung và cam kết hợp tác vì lợi ích của học sinh. Với tinh thần đó – khi tham gia vào các cuộc thảo luận này – chúng tôi khuyên bạn nên áp dụng câu nói yêu thích của chúng tôi tại Purchin Consulting: **"Hãy nghiêm khắc với vấn đề và nhẹ nhàng với nhau."**

Đôi khi, phụ huynh đến cuộc họp IEP trong tâm trạng tức giận. Có thể họ đang sẵn sàng để nhận lại phản hồi tiêu cực vì yêu cầu cung cấp trợ lý cá nhân cho con họ đã bị từ chối ba lần. Đôi khi, một viên chức nhà trường đến cuộc họp IEP trong tình trạng mệt mỏi và mất tập trung, sau khi đã tham gia ba cuộc họp IEP đầy căng thẳng khác vào đầu ngày hôm đó. Đây là những lý do chính đáng cho thái độ tiêu cực của họ, nhưng hãy nhớ rằng **hành vi là giao tiếp, bất kể thông điệp muốn truyền tải có chủ tâm hay không**, và sự tiêu cực sẽ làm giảm hiệu quả làm việc. Khi một cuộc họp bắt đầu không được suôn sẻ, khả năng cao là nó cũng sẽ kết thúc không tốt đẹp trừ khi có ai đó, như bạn, có hành động can thiệp để hạn chế sự ảnh hưởng tiêu cực, nếu không muốn nói là đảo ngược tình hình.

Nếu bạn nhanh chóng nhận ra rằng cuộc họp của mình đã đi chệch hướng, có lẽ bạn có thể giúp cuộc họp trở lại đúng hướng. Hãy tiếp tục và đối mặt với vấn đề với sự cởi mở, thậm chí là bằng sự tử tế. Bạn có thể chân thành nói với những phụ huynh đang trong trạng thái tức giận đã đề cập ở trên (và tương tự như vậy, với quản lý viên bị mất tập trung) bằng một câu gì đó mang tính thỏa hiệp như, "Trước khi chúng ta bắt đầu, tôi cảm thấy bạn đang suy nghĩ điều gì đó. Vui lòng cho chúng tôi biết về điều đó để chúng tôi có thể làm sáng tỏ vấn đề và hỗ trợ bạn nhé."

Một nguy cơ khác cần tránh là có ai đó quyết định gây bất ngờ cho nhóm bằng một vấn đề gây mất tập trung hoặc gây tranh cãi. Ví dụ: Một phụ huynh đến cuộc họp cùng với một người bạn, đồng minh hoặc người biện hộ không được mời tới. Khi đột ngột thay đổi thành phần tham gia cuộc họp, câu chuyện thay đổi và các nhân vật ban đầu (trong trường hợp này là các viên chức nhà trường) cảm thấy phẫn nộ với sự xuất hiện mới này. Một ví dụ khác: Một nhà tâm lý học của trường làm phụ huynh bất ngờ bằng cách đợi đến cuộc họp mới tiết lộ thông tin mới từ quá trình đánh giá học sinh. Đây cũng được coi là một tình tiết gây rối, khiến những người khác (trong trường hợp này là phụ huynh) không kịp chuẩn bị gì.

Những hành động đó được phép, nhưng cần có thông báo trước để thảo luận điều chỉnh chương trình họp. Thực sự sẽ rất hữu ích khi chuẩn bị trước cho cuộc họp, chẳng hạn như phụ huynh thông báo sẽ đưa một người bạn đến IEP hoặc nhà tâm lý học của trường cung cấp cho phụ huynh bản đánh giá trước cuộc họp. Nếu bạn mang theo toàn bộ nhân sự hoặc thông tin mới đến cuộc họp, hãy để những người khác biết để chuẩn bị cho cuộc họp. Nêu rõ tên và vai trò của người mới sẽ tham gia? Đánh giá tâm lý mới cho thấy điều gì?

Bằng cách thể hiện tính chuyên nghiệp như vậy, bạn sẽ thể hiện được tinh thần hợp tác và thiện chí đúng đắn, và có thể sẽ mang tới một giải pháp hài lòng nhau thay vì một rào cản mang sự giận dữ. **Những điều bất ngờ có xu hướng tạo ra sự phòng thủ hoặc ngờ vực**, và việc thiếu tin tưởng nhau sẽ khiến quá trình giao tiếp không được tốt.

Các nghiên cứu cho thấy rằng điều chúng ta rút ra được nhiều nhất từ một cuộc họp là cảm nhận của chúng ta về cuộc họp, hơn là những gì đã nói ở đó. Đó là lý do tại sao bạn nên để ý đến những phản ứng thể hiện ra bên ngoài, mặc dù không nói ra trực tiếp nhưng lại "rõ ràng và to tiếng" theo những cách khác, đặc biệt là ngôn ngữ cơ thể. Đây là lý do tại sao cần **"tham vấn" thường xuyên với những người tham gia**. Có thể đơn giản là đặt những câu hỏi nhẹ nhàng như "Có ai chưa rõ về điểm cuối cùng không?" và "Có thể một số bạn không thoải mái với ý tưởng đó. Chúng ta sẽ nói thêm về điều đó chứ?"

Có lẽ một số thành viên của đội ngũ IEP có một lời phàn nàn về tình trạng đúng giờ chẳng hạn. Đối với họ, đến muộn là biểu hiện của sự thiếu tôn trọng. Vì vậy, nếu bạn đến muộn, họ sẽ tỏ vẻ tức giận ngay từ đầu và sự tức giận đó sẽ dẫn tới những góp ý về việc lãng phí thời gian, mà việc góp ý lại tốn thêm thời gian thêm của cuộc họp! Giải pháp: Đảm bảo rằng bạn luôn đến sớm trong những cuộc họp đó. Và vâng, nếu *họ* đến sau bạn (hoặc chính họ đến muộn), đừng làm quá vấn đề về giờ giấc của *họ*. Chỉ cần tiến hành theo chương trình cuộc họp. Sự kiên nhẫn và biết lập ưu tiên của bạn có thể tạo nên bầu không khí tốt đẹp cho cuộc họp đó, cũng như cho các cuộc họp trong tương lai với nhóm đó.

Việc nhận thức được rằng chúng ta có mục tiêu chung sẽ giúp xác định được điểm chung dễ dàng hơn. Và nhấn mạnh điểm chung là một cách tuyệt vời để vượt qua những trở ngại và khó khăn. Vì vậy, hãy cố gắng hết sức để thấu hiểu các thành viên trong nhóm của bạn. Một số thói quen xấu của họ và tác nhân ảnh hưởng đến họ là gì? Hãy tránh xa chúng ra! Họ có đức tính và niềm tự hào gì? Hãy nhắm vào chúng!

Khi một cuộc họp trở nên căng thẳng, hãy thử nhượng bộ một chút và chuyển chủ đề sang các vấn đề đã đồng thuận trước đó. Tất cả mọi người có biết giáo viên nào luôn thể hiện sự quan tâm và làm việc hiệu quả không? Tất cả chúng ta có thể nhận ra và thực lòng khen ngợi cách mà một nhóm phụ huynh sắp xếp thói quen hàng ngày của con mình không? Hãy nhớ rằng chúng ta đã cảm thấy biết ơn như thế nào về cách hiệu trưởng xử lý sự cố vào giờ ăn trưa tuần trước?

Việc xây dựng các mối quan hệ trong nhóm và việc duy trì tốt đẹp mối quan hệ đó là một quá trình liên tục.

Nói về các thành viên trong nhóm, đừng chỉ nghĩ đến họ trong chính cuộc họp IEP. Hãy nhớ rằng việc xây dựng các mối quan hệ trong nhóm và việc duy trì tốt đẹp mối quan hệ đó là một quá trình liên tục. Nó bao gồm tất cả các mối tương tác giữa mỗi thành viên trong nhóm, chẳng hạn như giao tiếp giữa phụ huynh và giáo viên, hoặc giữa giáo viên và chuyên gia trị liệu. Để đảm bảo chắc chắn, hãy cẩn thận với những ảnh hưởng xấu có thể xảy ra do các thành viên *liên quan khác* trong nhóm. Ví dụ, có bao nhiêu phụ huynh quyết định rằng họ không thể chịu đựng được nữa và sẽ không tin tưởng hiệu trưởng? Tại sao? Chủ yếu là vì *nhân viên lễ tân* của văn phòng có thái độ thô lỗ!

Quay trở lại với ẩn dụ về vụ tai nạn xe hơi: Bạn đã thường xuyên kiểm tra gương và điểm mù hơn không? Và bạn có quên ổ gà mà mình đã đâm vào lần trước khi đi trên con đường này không? Hãy cảnh giác với mọi vấn đề có thể phát sinh và chắc chắn bạn không muốn chúng trở thành thảm họa lớn. Những điều này thường được báo trước khi một thành viên trong nhóm đột nhiên thay đổi giọng điệu hoặc hành vi. Có phải người này không phản hồi email hay không còn chuẩn bị tốt cho các cuộc họp?

Đây có thể là các vấn đề mang tính cá nhân, mà bạn vẫn có thể nhẹ nhàng hỗ trợ, chẳng hạn như giảm bớt khối lượng công việc hoặc tạm thời lên lịch lại. Mặt khác, việc họ làm "lơ" bạn có thể có nghĩa là họ đang mướn một luật sư để đại diện cho họ.

Sau đó là chủ đề xin lỗi. Việc thừa nhận những sai lầm của bạn và nói lời xin lỗi có thể là một điểm cộng lớn, bạn sẽ nhận được sự tín nhiệm và tôn trọng mặc dù có thể bạn sẽ thấy hơi khó chịu hoặc bối rối nhất thời khi thừa nhận lỗi lầm. Và chắc chắn việc xin lỗi khi phạm sai lầm sẽ tốt hơn nhiều so với việc cố tình làm sai hoặc che giấu nó. Đây là một chủ đề có tầm quan trọng rất lớn đến mức toàn bộ một chương trong cuốn sách này sẽ trình bày chi tiết về "Vai trò của lời xin lỗi" (trang 61).

Hơn bất cứ điều gì, tất cả các thành viên trong nhóm phải cảm thấy rằng họ đang được lắng nghe.

Thực hành kỹ năng này

- Ngăn chặn các vấn đề bằng cách thiết lập nhật ký giao tiếp định kỳ và nêu rõ các tiêu chuẩn và thời hạn đã thiết lập để mọi người đều biết. Điều này sẽ thúc đẩy mọi người tập trung vào nhiệm vụ và tránh tình trạng các thành viên trong nhóm tuyên bố rằng họ không chịu trách nhiệm vì không nhận được thông báo!
- Điều tốt nhất mà tất cả chúng ta có thể làm là không bỏ cuộc. Mọi thứ có thể trở nên tồi tệ. Có thể có những lúc chúng ta bị vướng vào các khiếu nại về tuân thủ quy định tiểu bang và các "thủ tục tố tụng" khác. Chỉ cần nhớ rằng, miễn là con cái chúng ta còn đến trường, chúng ta luôn có thể quay lại giải quyết các vấn đề, được trang bị nhiều kinh nghiệm hơn và ngày càng cải thiện các kỹ năng.
- Sổ tay hướng dẫn này (hoặc ít nhất là các ý tưởng trong đó) không nên chỉ nằm trên kệ hoặc nằm ngoài tầm tay. Nhóm của bạn cần bạn; hãy tiếp tục ở trong cuộc!

Vui lòng tước đi việc làm của tôi

Nếu bạn gửi email cho tôi nói rằng bạn đã sử dụng các kỹ năng trong sách giúp nhóm của bạn tích cực và thành công hơn, tôi sẽ rất vui.

Nếu bạn nói với tôi, "Marc, tôi có những nhóm rất tốt vì khi chúng tôi bất đồng quan điểm, chúng tôi có một phương thức (thỏa thuận) giải quyết bất đồng quan điểm, và do đó chúng tôi không cần phải nhờ đến một hòa giải viên bên ngoài", tôi sẽ còn vui hơn nữa!

Tôi luôn luôn ủng hộ và hy vọng mọi nhóm phụ huynh và nhà trường luôn thành công. Mong bạn cũng có tinh thần như vậy và sự tự tin để làm điều đó vì bạn biết mình có các công cụ sẵn sàng được sử dụng. Khi mọi thứ trở nên khó khăn, đừng ngại nói chuyện với tôi. Hãy ghé thăm bất cứ lúc nào tôi có giờ làm việc trực tuyến. Trang web của tôi sẽ cập nhật thông tin về cách tìm liên kết cuộc họp – miễn là tôi vẫn đang làm việc.

Tôi ủng hộ bạn vì tất cả chúng ta đều cùng chung một quan điểm: cam kết làm những điều đúng đắn tốt nhất cho con em và học sinh của chúng ta.

Tài liệu tham khảo và Liên kết web

Mạng ứng biến được áp dụng (AIN):
www.appliedimprovisationnetwork.org

Trung tâm giải quyết tranh chấp thích hợp trong giáo dục đặc biệt (CADRE): www.cadreworks.org

Cố vấn Purchin Consulting: www.purchinconsulting.com

Phụ lục

1. Biểu mẫu chuẩn bị trước khi tham gia cuộc họp đầy khó khăn

Có thể in biểu mẫu chuẩn bị ở các trang tiếp theo. Các khái niệm này được trích từ sổ tay *Getting to Yes* của Roger Fisher và William Ury.

Biểu mẫu chuẩn bị trước khi tham gia một cuộc họp đầy khó khăn

Mối quan tâm của tôi

Liệt kê những gì quan trọng với tôi: mong muốn và nhu cầu của tôi.

___

___

___

Mối quan tâm của họ

Liệt kê những gì tôi nghĩ họ quan tâm: mong muốn và mối quan tâm của họ. Hãy nhớ rằng mỗi người trong cuộc họp có thể có mối quan tâm riêng.

___

___

___

Các thỏa thuận

Liệt kê các thỏa thuận có thể đạt được.

___

___

___

Tiêu chí khách quan

Liệt kê các tiêu chí khách quan giúp mong muốn và nhu cầu của tôi trở nên chính đáng.

___

___

___

Phương án bỏ cuộc

Liệt kê những gì bạn có thể làm nếu bỏ cuộc mà không có thỏa thuận nào đạt được. Hãy cân nhắc xem bạn thực sự sẽ làm gì nếu không thể đạt được thỏa thuận và bạn đang ở thế bế tắc.

___

___

___

2. Biểu mẫu đề xuất cho Giải thưởng ADR

từ chương "Thẳng thắn, Trung thực, Tôn trọng", trang 47

Giải thưởng công nhận kỹ năng giải quyết tranh chấp thay thế

Tất cả chúng ta đều có thể học hỏi lẫn nhau

Đề cử một chuyên gia hoặc phụ huynh đã sử dụng các kỹ năng Giải quyết tranh chấp thay thế tích cực (kỹ thuật giao tiếp tốt) để giúp giải quyết xung đột thực sự hoặc tiềm ẩn.

Tại cuộc họp hàng tháng (cuộc họp nhân viên, cuộc họp hội đồng nhà trường, cuộc họp cố vấn cộng đồng, v.v.), hãy cử ra một người và nêu lên kỹ thuật hoặc kỹ năng đã sử dụng. Người có kỹ thuật được nêu ra sẽ nhận được sự công nhận chính thức từ học khu.

Thông tin cần thiết:

Tên người được công nhận: ______________________________

Học khu hoặc trường: ______________________________

Mô tả ngắn gọn tình huống và các công cụ mà người này đã sử dụng:

____

____

____

____

____

____

Có thể nộp các mẫu đề cử quanh năm và không giới hạn số lần đề cử mà một cá nhân có thể thực hiện. Chúng tôi cũng khuyến khích việc tự đề cử bản thân.

Giới thiệu về Purchin Consulting

Sứ mệnh của **Purchin Consulting** là giúp các cá nhân và đội nhóm có mối quan hệ làm việc tích cực và hiệu quả, thông qua việc đào tạo, huấn luyện, điều phối cuộc họp và hòa giải.

Giới thiệu về Marc Purchin

Mục tiêu, trình độ học vấn, kinh nghiệm, thành tích, danh tiếng và tầm nhìn của **Marc Purchin** kết hợp lại với nhau để làm tiền đề cho sự thành lập của Purchin Consulting vào năm 1997.

Marc đã đích thân tiến hành hơn ba nghìn cuộc hòa giải, chủ yếu thông qua hợp đồng với Văn phòng điều trần giáo dục đặc biệt của California, Bộ khuyết tật phát triển, một số học khu trường công lập và nhiều tổ chức phi lợi nhuận. Ngoài ra, ông đã xây dựng các chương trình Giải quyết tranh chấp thay thế (ADR) cho các Khu vực kế hoạch địa phương về giáo dục đặc biệt (SELPA) trên khắp tiểu bang California.

Marc đã được cấp bằng cử nhân tại Đại học Southern Illinois, chuyên ngành giao tiếp bằng lời nói, với trọng tâm là giao tiếp giữa các cá nhân và ứng biến. Sau đó, ông đã hoàn thành chương trình thạc sĩ quản trị kinh doanh (MBA) về quản lý phi lợi nhuận tại American Jewish University (trước đây là University of Judaism). Nhờ đó ông đã được vào giảng dạy tại Khoa vào năm 1996 và ông đã giảng dạy các khóa học như "Giải quyết xung đột và đàm phán" và "Phát triển tổ chức và lãnh đạo". Marc cũng đã giảng dạy một khóa học "Hợp tác" tại Trường Giáo dục của Cal State Dominguez Hills.

www.ingramcontent.com/pod-product-compliance
Lightning Source LLC
LaVergne TN
LVHW070540061026
849580LV00018B/2575